ഗ്രീൻ ബുക്സ്

ഭൂമിരാക്ഷസം

സാറാ ജോസഫ്

അധ്യാപിക, നോവലിസ്റ്റ്, സാമൂഹ്യപ്രവർത്തക, കേരളത്തിലെ ഫെമിനിസ്റ്റ് പ്രസ്ഥാനത്തിന്റെ പ്രധാന സംഘാടക, പ്രവർത്തക. 1946 ഫെബ്രുവരി 10ന് തൃശ്ശൂരിലെ കുരിയച്ചിറയിൽ ജനനം. ചേലക്കോട്ടുകര മാർ തിമോത്തിയോസ് ഹൈസ്കൂളിൽ വിദ്യാഭ്യാസം. ഗവ. കോളേജ് അധ്യാപികയായി വിരമിച്ചു. കേരള സാഹിത്യ അക്കാദമി അംഗമായിരുന്നു.
പ്രശസ്ത രചനകൾ: മനസ്സിലെ തീ മാത്രം, കാടിന്റെ സംഗീതം, നന്മതിന്മകളുടെ വൃക്ഷം, പാപത്തറ, നിലാവറിയുന്നു, ഒടുവിലത്തെ സൂര്യകാന്തി, കാടിതു കണ്ടായോ കാന്താ, പുതുരാമായണം - രാമകഥകൾ വീണ്ടും പറയുന്നു, ആലാഹയുടെ പെൺമക്കൾ, മാറ്റാത്തി, ഒതപ്പ്, ഊരുകാവൽ, ആളോഹരി ആനന്ദം, ബുധിനി, എസ്തേർ, ആനി.
പുരസ്കാരങ്ങൾ: കേന്ദ്ര-കേരള സാഹിത്യ അക്കാദമി അവാർഡ്, ചെറുകാട് അവാർഡ്, വയലാർ അവാർഡ്, പ്രഥമ ഒ. ചന്തുമേനോൻ പുരസ്കാരം, മുട്ടത്തുവർക്കി അവാർഡ്, പദ്മപ്രഭപുരസ്കാരം, ക്രോസ്‌വേർഡ് അവാർഡ്, ബഷീർ പുരസ്കാരം, ഒ.വി. വിജയൻ പുരസ്കാരം, ശാശ്വതി നാഷണൽ അവാർഡ്, ഓടക്കുഴൽ അവാർഡ്, പ്രഥമ കലൈഞ്ജർ കരുണാനിധി സാഹിത്യ പുരസ്കാരം, വിമെൻ റൈറ്റേഴ്സ് പുരസ്കാരം.

ഗ്രീൻ ബുക്സ് പ്രസിദ്ധീകരിച്ച
ഗ്രന്ഥകാരിയുടെ ഇതര കൃതികൾ

ആത്മരോഷങ്ങളും ആകുലതകളും
(ലേഖനം)

മലയാളത്തിന്റെ സുവർണ്ണകഥകൾ - സാറാ ജോസഫ്

നാടകം

ഭൂമിരാക്ഷസം

(നാടകരചനയ്ക്ക് കേരള സംഗീത നാടക
അക്കാദമി അവാർഡ് നേടിയ കൃതി)

സാറാ ജോസഫ്

ഗ്രീൻബുക്സ്

green books private limited
gb building, civil lane road, ayyanthole,
thrissur- 680 003, kerala, ph: +91 487-2381066, 2381039
website: www.greenbooksindia.com
e-mail: info@greenbooksindia.com

malayalam
bhoomirakshasam
drama
by
sarah joseph

first published 2009
first green books edition january 2023

cover design : rajesh chalode

printed in india
manipal technologies ltd

branches:
thrissur 0487-2422515
thiruvananthapuram 0471-2335301
calicut 0495 4854662

isbn : 978-93-93596-39-0

₹ 130.00
GBPL/1275/2023

മുഖക്കുറി

മലയാളസാഹിത്യലോകത്തിലെ സ്ത്രൈണസത്തയുടെ ആത്മവിചാരങ്ങൾ തുടിച്ചുനിൽക്കുന്നവയാണ് സാറാ ജോസഫിന്റെ രചനകൾ. നോവൽ, കഥ, ലേഖനം തുടങ്ങിയ രചനകൾക്കിടയിൽ നിന്നും വ്യതിചലിച്ച് സാറാ ജോസഫ് എഴുതിയ മൂന്ന് നാടകങ്ങളുടെ സമാഹാരമാണ് ഈ കൃതി. സ്കൂൾതലം മുതൽ ധാരാളം അരങ്ങുകളിൽ ഈ നാടകങ്ങൾ അവതരിപ്പിച്ചിട്ടുണ്ട്. ഭൂമി എന്ന പേരിൽ ഭൂമിരാക്ഷസത്തിന്റെ ഇംഗ്ലീഷ് രൂപാന്തരം വിവിധ സ്റ്റേജുകളിലും അരങ്ങേറിയിട്ടുണ്ട്. നാടകാവതരണങ്ങളുടെ ചിത്രങ്ങൾ ഉൾക്കൊള്ളിച്ച ഈ സമാഹാരം നാടകസാഹിത്യത്തിന് ഒരു മുതൽക്കൂട്ട് തന്നെയാണ്. നാടകവിദ്യാർത്ഥികൾക്കും ആസ്വാദകർക്കുമായി ഈ നാടകങ്ങൾ വീണ്ടെടുത്ത് പ്രസിദ്ധീകരിക്കാൻ കഴിഞ്ഞതിൽ ഗ്രീൻ ബുക്സിന് ചാരിതാർത്ഥ്യമുണ്ട്.

എഡിറ്റർ

ഉള്ളടക്കം

നാടകത്തിലെ സ്ത്രീശരീരഭാഷ

സാറാ ജോസഫ്

മനുഷ്യരുടെ ഏറ്റവും സ്വാഭാവികമായ ചലനം പോലും പ്രകൃതിയുടെ ഭാഗത്തുനിന്നുനോക്കുമ്പോൾ കൃത്രിമമാണെന്ന് പറയേണ്ടിവരും. കാരണം, മനുഷ്യരെ പോലെ മറ്റൊരു ജീവിവർഗ്ഗവും നൈസർഗിക ചലനങ്ങളെ വെട്ടിച്ചുരുക്കുകയോ വലിച്ചുനീട്ടുകയോ മെരുക്കിയെടുക്കുകയോ ചെയ്യുന്നില്ല. സമൂഹജീവിതത്തിനാവശ്യമായ ഒരു സാംസ്കാരിക പ്രവർത്തനം എന്ന നിലയ്ക്കാണ് മനുഷ്യർ അവരുടെ ചലനങ്ങളെ മെരുക്കുന്നത്. സംസ്കാരം ചലനാത്മകമാകയാൽ അതിന്റെ ഓരോ ഘട്ടത്തിലും മനുഷ്യർ ശരീരചലനങ്ങളെ പുതുക്കി നിർമ്മിക്കുന്നു.

പുഴയൊഴുകുന്നതും കാറ്റുവീശുന്നതും കിളി പറക്കുന്നതും മീൻ നീന്തുന്നതും കാള മുക്രയിടുന്നതും പോലെ സ്വാഭാവികവും അനായാസവുമായ ചലനം മനുഷ്യർക്കുള്ളത് ശൈശവത്തിൽ മാത്രമാണ്. ശിശു സമൂഹക്രമത്തിലേക്ക് പ്രവേശിക്കുംമുമ്പ് സ്വാഭാവികമായി ചലിക്കുകയും സമൂഹക്രമത്തിലേക്ക് പ്രവേശിക്കുന്നതോടെ അസ്വാഭാവിക ചലനങ്ങൾ പരിശീലിച്ചു തുടങ്ങുകയും ചെയ്യുന്നു. ഭ്രാന്ത് സമൂഹക്രമത്തിൽനിന്ന് വിച്ഛേദിച്ച് പോകലാണ്. ഭ്രാന്തരുടെ ചലനങ്ങൾ ശിശുവിന്റെ നൈസർഗ്ഗിക ചലനങ്ങൾക്ക് സമാനമാണ്.

ഇരട്ട കൃത്രിമത്വം

ശരീരചലനങ്ങളുടെ മെരുക്കൽ സ്ത്രീക്കും പുരുഷനും ഒരുപോലെ ബാധകമാണെങ്കിലും സ്ത്രീയുടെ ചലനങ്ങൾക്കുമേൽ ആൺകോയ്മയുടെ കർശനമായ ചില വിലക്കുകൾ കൂടി ഏർപ്പെടുത്തപ്പെട്ടിട്ടുണ്ട്. ആൺകോയ്മാ സമൂഹം നിലനിർത്തിയിട്ടുള്ള സദാചാരവ്യവസ്ഥയാണ് വിലക്കുകൾക്കാധാരം. ശരീരത്തെക്കുറിച്ചുള്ള ബോധം നമുക്കുണ്ടാവുന്നത് മുമ്പ് രൂപപ്പെടുത്തപ്പെട്ടിട്ടുള്ള ജ്ഞാനങ്ങളുടെ അടിസ്ഥാനത്തിലാണല്ലോ. ആൺകോയ്മയുടെ ജ്ഞാന

വ്യവസ്ഥയിൽ സ്ത്രീ അവളുടെ ശരീരത്തെ അറിയുന്നത് ആൺകാഴ്ച യിലൂടെയാണ്. സ്വന്തം ഇന്ദ്രിയാനുഭൂതികളെ നിർണ്ണയിക്കുന്നതും ആണിന്റെ അനുഭവങ്ങളുടെ അടിസ്ഥാനത്തിലാണ്. ആൺകോയ്മാ വ്യവസ്ഥകൾ അനുസരിക്കേണ്ട കിഴാളവിഭാഗമായിട്ടാണ് സ്ത്രീ സ്വയം വ്യാഖ്യാനിക്കുന്നത്. അതിനാൽ ആൺകാഴ്ചയെ രമിപ്പിക്കു ന്നതും ഭയപ്പെടുത്താത്തതുമായ ശരീരചലനങ്ങളേ പാടുള്ളൂ എന്ന് അവൾ ഭയപ്പെടുന്നു. വളരെ ക്ലേശിച്ച് സ്വന്തം ശരീരത്തിന്റെ സ്വാഭാ വികാവിഷ്കാരങ്ങളെ അടക്കുവാൻ അവൾ പരിശീലിക്കുന്നു. ആൺ കാഴ്ച ആവശ്യപ്പെടുന്ന വിധത്തിൽ നിൽക്കുകയും നടക്കുകയും കിടക്കുകയും നോക്കുകയും പറയുകയും ചെയ്യുന്ന സ്ത്രീ പ്രകൃതി യുടെ ഭാഗത്തുനിന്ന് വീക്ഷിച്ചാൽ ചലനങ്ങളിൽ ഇരട്ട കൃതിമത്വം പുലർത്തുന്ന മനുഷ്യജീവിയാണ്. ഒരേസമയം സമൂഹജീവിയെന്ന നിലയിലും സ്ത്രീയെന്ന നിലയിലും രണ്ടുതരം മെരുക്കലുകളിലൂടെ സ്ത്രീ സ്വയം ശരീരത്തെ തളയ്ക്കുന്നു.

തടവറയ്ക്കകത്തെ സ്ഥലം

ഒരു തടവറയ്ക്കകത്തെ ഇടുങ്ങിയ സ്ഥലം പോലെയാണ് സ്ത്രീ സ്വന്തം ശരീരത്തിനു ചുറ്റുമുള്ള സ്ഥലം ഉപയോഗിക്കേണ്ടത് എന്ന് ആൺകോയ്മ വ്യവസ്ഥ ചെയ്യുന്നു. തലയുയർത്തിപ്പിടിച്ച് നട്ടെല്ലു നിവർത്തി, കൈവീശി സ്വതന്ത്രമായ കാൽവെപ്പുകളോടെ നടക്കാൻ മേലും കീഴും വശങ്ങളിലും പുരുഷൻ എടുക്കുന്ന സ്ഥലവും തല താഴ്ത്തി ശരീരം തൂക്കിപ്പിടിച്ച്, കാലുകൾ അടുപ്പിച്ചുവെച്ച് മെല്ലെ നടക്കാൻ സ്ത്രീ എടുക്കുന്ന സ്ഥലവും തമ്മിൽ വളരെ അന്തരമുണ്ട്. ഒന്ന് സ്ഥലത്തിലേക്ക് വികസിക്കലും മറ്റേത് സ്ഥലത്തിലേക്ക് ചുരു ങ്ങലും ആണ്.

ഒരേ കസേരയിൽ നിറഞ്ഞിരിക്കുന്ന പുരുഷനും ഒതുങ്ങിപ്പിടി ച്ചിരിക്കുന്ന സ്ത്രീയും ഉപയോഗിക്കുന്ന സ്ഥലങ്ങൾക്ക് അന്തരമുണ്ട്. ഒരേ റോഡിലെ സ്ഥലം സ്ത്രീ ഉപയോഗിക്കുന്നതും പുരുഷൻ ഉപ യോഗിക്കുന്നതും രണ്ടുതരത്തിലാണ്. ഇങ്ങനെ തന്നെയാണ് കിട പ്പിലും വാക്കിലും നോക്കിലുമെല്ലാമുള്ള സ്ത്രീയുടെ അകത്തേക്ക് ചുരുങ്ങൽ. കാലിന്മേൽ കാലേറ്റി വെച്ച് അതല്ലെങ്കിൽ ആയാസ മില്ലാതെ കാലകത്തിവച്ച് ഉള്ള ഇരിപ്പ്, ആണിന് ആണത്തത്തിന്റെ ലക്ഷണവും പെണ്ണിന് മര്യാദകേടും ആണ്.

മലർന്നുകിടക്കരുത്, ഓടരുത്, ചാടരുത് തുടങ്ങിയ സാധാരണ വിലക്കുകളിലൂടെ സ്ത്രീയെ അവളുടെ ശരീരത്തിനകത്തുതന്നെ തട വിലാക്കാൻ കഴിയുന്നു. നേർക്കുനേരെ നോക്കുന്നത് സ്ത്രീക്ക് ഭൂഷ ണമല്ലെന്ന് അവളുടെ നോട്ടത്തെ വിലക്കുന്നു. ഉറക്കെയുള്ള ചിരി,

കരച്ചിൽ സംസാരം ഇവ തടഞ്ഞുകൊണ്ട് അവളുടെ ശബ്ദത്തെ ഉള്ളിലേക്കമർത്തുന്നു.

അരങ്ങിലെത്തുന്ന സ്ത്രീ

മേൽപ്പറഞ്ഞ വിലക്കുകളെയെല്ലാം ഒരളവ് ഭേദിച്ചുകൊണ്ടും ശരീരത്തിന്റെ തടവറ തകർത്തുകൊണ്ടും മാത്രമേ സ്ത്രീക്ക് അരങ്ങിലെത്താൻ കഴിയൂ. ആൺകോയ്മയുടെ സദാചാര വ്യവസ്ഥകളെ അട്ടിമറിച്ചുകൊണ്ടേ ഇത് സാധിക്കൂ. ആൺകോയ്മ അനുവദിക്കാത്ത സ്ഥലത്തും സമയത്തും രീതിയിലും പ്രത്യക്ഷപ്പെടുകയും സ്വന്തം ശരീരം കൊണ്ടും ആൺകോയ്മയുടെ സ്ത്രീശരീരചലനവ്യവസ്ഥയെ എതിർക്കുകയും ചെയ്യുന്നു, ഒരു 'നടി'. ഇതിന്റെ ഫലമായി 'നടി'യാവുക എന്നാൽ നല്ല സ്ത്രീയല്ലാതാവുക എന്ന വിധിയെഴുത്തും ഉണ്ടാവുന്നു. നമ്മുടെ അരങ്ങിലേക്ക് ആദ്യകാലത്ത് സ്ത്രീകൾ എത്താതിരുന്നതും ആണുങ്ങൾ സ്ത്രീകളുടെ വേഷം കെട്ടി അഭിനയിക്കേണ്ടിവന്നതും വ്യവസ്ഥാലംഘനത്തിൽ സ്ത്രീകൾക്കുണ്ടായിരുന്ന പേടികൊണ്ടാണ്. ആദ്യകാല നാടകനടിമാർ സ്വാനുഭവങ്ങളെ രേഖപ്പെടുത്തുമ്പോൾ നടിയായതിന്റെ പേരിൽ അനുഭവിക്കേണ്ടിവന്ന അപമാനങ്ങളുടെ ചരിത്രം വെളിപ്പെടുത്തുന്നു. സ്ത്രീയുടെ സ്ഥലം വീടും അടുക്കളയുമാണെന്ന സ്ഥലസങ്കല്പനത്തെ ഭേദിച്ചുകൊണ്ടാണ് ഒരു സ്ത്രീ നടിയായി രംഗത്തേക്ക് വരുന്നത്.

അതേസമയം അരങ്ങത്തെത്തിയ സ്ത്രീക്കും തടവറ തകർക്കാനായില്ല എന്നതാണ് സത്യം. അഭിനയകലയുടെ സൗന്ദര്യശാസ്ത്രവും ലാവണ്യനിയമങ്ങളും ആൺകോയ്മയിലധിഷ്ഠിതമായിരുന്നു എന്നതാണ് ഇതിനു കാരണം. 'നാട്യശാസ്ത്രം' അഭിനയകലയെ ആൺകാഴ്ചയിലൂടെ കാണുന്നു. പുരുഷാധിപത്യ നിയമങ്ങളെ പുനരുല്പാദിപ്പിക്കുകയും ചെയ്യുന്നു. അതിനാൽ പുരുഷന്റെ ഒളിഞ്ഞുനോട്ടങ്ങളെ ആവോളം തൃപ്തിപ്പെടുത്തും വിധമുള്ള ശരീരചലനങ്ങളെ ശൈലീകൃതമായി ആവിഷ്ക്കരിക്കുകയാണ് അരങ്ങിൽ സ്ത്രീ ചെയ്തുകൊണ്ടിരിക്കുന്നത്. ആൺകോയ്മാസദാചാരവ്യവസ്ഥ ലംഘിക്കാതെയും അതേസമയം സ്ത്രീശരീരത്തെ പരമാവധി ചൂഷണം ചെയ്തുകൊണ്ടുമുള്ള ഒരു ശരീരഭാഷ ഉപയോഗിച്ചാണ് 'നടി' സദസ്സുമായി വ്യവഹാരത്തിലേർപ്പെട്ടത്.

സ്ത്രീ ശരീരഭാഷയുടെ ആവശ്യം

അരങ്ങ് സദസ്സുമായി സംവദിക്കുന്നത് ശരീരഭാഷയിലൂടെയാണല്ലോ. ആംഗികവും വാചികവുമായ അഭിനയത്തെ മുഴുവൻ 'സ്ത്രീ'

അവളുടെ കാഴ്ചയിലൂടെ വിശകലനം ചെയ്യുകയും വ്യാഖ്യാനിക്കാൻ ശ്രമിക്കുകയും ചെയ്യുന്നതോടെ അരങ്ങിന്റെ സ്വഭാവം മാറുന്നു. അരങ്ങിൽ ഒരു 'സ്ത്രീ'യെ അവതരിപ്പിക്കുന്നുണ്ടാവാം. സ്ത്രീയെ സംബന്ധിച്ച യാഥാർത്ഥ്യങ്ങൾ പൂർണ്ണമായോ ഭാഗികമായോ മറയ്ക്കപ്പെട്ടുകൊണ്ടുള്ള സമൂഹനിർമ്മിതിയുടെ ഒരു പ്രാതിനിധ്യം മാത്രമായിരിക്കും അത്. അകലെ നിൽക്കുന്ന ഈ യാഥാർത്ഥ്യത്തിന്റെ ശൈലീകൃതമായ ആവിഷ്കാരമാണോ നടി നടത്തണ്ടത്? പച്ച മാംസവും ജീവനുമുള്ള ഒരു നടിക്ക് ഈ നുണകളോട് താദാത്മ്യം പ്രാപിക്കാതെയും ഇരിക്കാനാവും. സമൂഹത്തിന്റെ സ്ത്രീ നിർമ്മിതി രഹസ്യാത്മകവും നിഗൂഢവുമായ ഒന്നായിട്ടാണ്. ഈ രഹസ്യാത്മകതയേയും നിഗൂഢതയേയും ചൂഷണം ചെയ്തതും ദുരുപയോഗപ്പെടുത്തിയുമാണ് സ്ത്രീ ശരീരവും നാടകവും കലയും വില്പന മൂല്യമുള്ള ചരക്കുകൾ ആക്കി മാറ്റുന്നത്. തന്റെ ശരീരത്തിന്മേലുള്ള ദുരൂഹതയും രഹസ്യാത്മകതയും തന്റെ ആവശ്യമല്ലെന്നറിയുന്ന സ്ത്രീയെ സംബന്ധിച്ചിടത്തോളം സ്വന്തം 'ശരീരത്തിന്റെ യാഥാർത്ഥ്യം' എന്ത് എന്ന ചോദ്യം വളരെ പ്രധാനമാണ്. അരങ്ങിന്റെയും ജീവിതത്തിന്റെയും സദാചാരസൗന്ദര്യമൂല്യങ്ങളെ അട്ടിമറിച്ചുകൊണ്ട് മാത്രമേ അത് വെളിപ്പെടുത്താനാവൂ. ആൺകോയ്മാ സൗന്ദര്യബോധത്തിന്റെ കട്ടിമറയ്ക്കപ്പുറത്തുള്ളതാണ് സത്യത്തിൽ സ്ത്രീശരീര യാഥാർത്ഥ്യം. അരങ്ങിൽ അവതരിപ്പിക്കപ്പെടുന്ന സ്ത്രീയെ വ്യാഖ്യാനിക്കുകയും വിമർശിക്കുകയും വിലയിരുത്തുകയും വെട്ടിത്തിരുത്തുകയും ചെയ്തുകൊണ്ട് 'സ്ത്രീക്ക്' ഇന്നുള്ളതിൽ നിന്ന് ഭിന്നമായ ഒരർത്ഥം നൽകാൻ സ്ത്രീശരീരഭാഷയിലൂടെ സാധിക്കും.

അരങ്ങിൽ സ്ത്രീയുടെ സ്ഥലം

കേന്ദ്രത്തിൽ നിന്ന് അതിരുകളിലേക്ക് തള്ളിമാറ്റപ്പെട്ടവർ എന്ന നിലയിലാണ് ദളിതുകൾ, സ്ത്രീകൾ, കറുത്ത വർഗ്ഗക്കാർ, മറ്റു കീഴാളന്മാർ തുടങ്ങിയ ജനവിഭാഗങ്ങളെ ഇന്നു നാം വ്യവഹരിക്കുന്നത്. കേന്ദ്രം, അതിര്, പ്രധാന സ്ഥലം, മാർജിൻ തുടങ്ങിയ സങ്കല്പനങ്ങൾ സ്ഥലപരമാണ്. മേൽപ്പറഞ്ഞ ജനവിഭാഗങ്ങളുടെ മോചനത്തെ അതിരുകളിൽ നിന്ന്, മാർജിനിൽ നിന്ന് കേന്ദ്രത്തിലേക്ക് പ്രധാന സ്ഥലത്തേക്കുള്ള കടന്നുകയറ്റമായി വ്യവഹരിക്കാം. സ്ഥലത്തിന്റെ തുല്യമായ ഉപഭോഗമാണ് അതിന്റെ അർത്ഥം. രണ്ടുതരം സ്ഥലങ്ങൾ ഇല്ലാതെയാവുന്നു. അധികാരത്തിന്റെ കേന്ദ്രമെന്നും അതിരെന്നും ഇല്ലാതെയാവുന്നു.

ഇതേ സ്ഥലസങ്കല്പനം അരങ്ങിലും ഉണ്ട്. രംഗവേദിയുടെ കേന്ദ്രം പുരുഷന്റേതും (നടന്റേത്) അതിരുകൾ സ്ത്രീയുടെയും (നടിയുടേത്) എന്ന ആൺകോയ്മാ സങ്കല്പത്തിലാണ്, അരങ്ങിലെ സ്ഥലത്തിന്റെ ഉപഭോഗം നടക്കുന്നത്. ശരീരത്തിന്റെ ധർമ്മം മാത്രമേ സ്ത്രീക്ക് ഉള്ളൂ എന്നും സ്ത്രീശരീരത്തിന്റെ ധർമ്മം എന്നത് പുരുഷന് ആഗ്രഹവും ആസക്തിയും ജനിപ്പിക്കലാണ് എന്നുമുള്ള ആൺ കോയ്മാ നിലപാടാണ് അരങ്ങിനെ നിയന്ത്രിക്കുന്നത്. അത്തരം അരങ്ങിന് ഒരിക്കലും സ്ത്രീയെ കേന്ദ്രത്തിൽ കൊണ്ടുവരാൻ കഴിയില്ല. പുരുഷന് ആഗ്രഹാസക്തികൾ ഉണ്ടാക്കുന്ന ആംഗികവാചിക അഭിനയത്തിന് ആവശ്യമായ ഒരു ശരീരഭാഷയാണ് നടിക്ക് ആശയവിനിമയത്തിന് ഉണ്ടാവുക.

സ്ത്രീവാദപരമായ ഒരു നാടകവേദിക്ക് മാത്രമേ അരങ്ങിലെ സ്ത്രീയുടെ സ്ഥലവും സ്ഥാനവും പുനർനിർണ്ണയിക്കാനാവൂ. നാടകരചന, സംവിധാനം, ദീപവിതാനം, ചമയം, സംഗീതം തുടങ്ങിയ സുപ്രധാനമായ മറ്റു സ്ഥലങ്ങളിലേക്കും പ്രവേശനമില്ലാത്ത അവസ്ഥയെ സ്ത്രീ നാടകവേദിക്ക് മറികടക്കേണ്ടിവരും. സ്ത്രീയെന്ന യാഥാർത്ഥ്യത്തെ വെളിപ്പെടുത്തുന്നതിന് നിലവിലുള്ള സ്ത്രീ എന്ന മിഥ്യയെ തകർക്കുന്ന അപകടകരമായ ക്രിയയാണ് സ്ത്രീവാദനാടകവേദിക്ക് ചെയ്യാനുള്ളത്.

പൊളിറ്റിക്കൽ തിയേറ്ററിന്റെ ഭാഗമായിട്ടാണ് നമ്മുടെ നാട്ടിൽ സ്ത്രീവാദ നാടകവേദി ഉണ്ടാവുന്നത്. അരാജകദർശനങ്ങൾ ഇവിടെ നടന്ന പരിമിതമായ പരീക്ഷണങ്ങൾക്കകത്തുപോലും ഉണ്ടായതായി കാണുന്നില്ല. പാശ്ചാത്യ ഫെമിനിസ്റ്റുകൾ അവരുടെ പ്രശ്നഭൂമികയിൽ നിന്നുകൊണ്ട് തിയേറ്ററിൽ നടത്തിയ എല്ലാ പരീക്ഷണങ്ങളും നമുക്ക് പിന്തുടരാവുന്നവയല്ല. അപകടകരമായ അരാജകത്വം പ്രചരിപ്പിക്കുന്ന പാശ്ചാത്യ പോസ്റ്റ് പോൺ മോഡണിസ്റ്റ് (Post Porn Modernist) പരീക്ഷണങ്ങൾ സ്ത്രീശരീരത്തിന്റെ തുറന്ന പ്രദർശനം കാണാൻ അനുമതി (Permission to see) നൽകുന്നുവെന്ന് പരസ്യപ്പെടുത്തുന്നു. ശരീരത്തിന്റെ രാഷ്ട്രീയം എന്നതുകൊണ്ട് നാം അർത്ഥമാക്കുന്നത് എന്താണെന്ന് വ്യക്തമാക്കേണ്ടതുണ്ട്. നമ്മുടേതുപോലെ ഒരു മൂന്നാം ലോക രാജ്യത്ത് വിശക്കുകയും പട്ടിണി കിടക്കുകയും ചെയ്യുന്ന സ്ത്രീശരീരം എന്ന അവസ്ഥയാണുള്ളത്. തിയേറ്ററിനെ പൊളിറ്റിക്കൽ ആയി ഉപയോഗിക്കുന്ന നാടക പ്രവർത്തനങ്ങളിൽ ഈ സ്ത്രീ ശരീരത്തിന്റെ ഭാഷ എന്താണെന്ന് കണ്ടെത്തലാണ് നമുക്ക് ചെയ്യാനുള്ളത്. ഇതിന് തടസ്സമായി നിൽക്കുന്ന ചില ഘടകങ്ങൾ കൂടി പരിശോധിക്കാവുന്നതാണ്.

സ്ത്രീയുടെ താളം, വേഗം

ജൈവപരമായിത്തന്നെ സ്ത്രീയുടെയും പുരുഷന്റെയും ചലനങ്ങ ളുടെ താളം വ്യത്യസ്തമാണ്. ഒരു സ്ത്രീയും പുരുഷനും നടന്നു പോകുന്നത് ശ്രദ്ധിച്ചാൽ മതി, വളരെ പ്രകടമായ താളവ്യത്യാസം മനസ്സിലാക്കാം. സ്ത്രീയുടെയും പുരുഷന്റെയും ശരീര ഘടനയുടെ വ്യത്യാസമാണ് ഈ താളഭേദത്തിന് കാരണം. മാറിവരുന്ന സൗന്ദര്യ സങ്കല്പങ്ങൾക്കനുസരിച്ച് സ്വന്തം ശരീരം കൊണ്ട് സ്ത്രീ വരുത്തിത്തീർ ക്കുന്ന താളഭേദങ്ങൾ (ആനനട, അന്നനട, പൂച്ചനട, ...) അല്ല ഇവിടെ ഉദ്ദേശിക്കുന്നത്. ഏതു സൂക്ഷ്മചലനത്തിലും പുരുഷതാളത്തിൽ നിന്നു വ്യത്യസ്തമായിരിക്കുന്ന സ്ത്രീതാളത്തെപ്പറ്റിയാണ്.

വളരെ വലിയ ഈ അന്തരം കണക്കിലെടുത്ത് സ്ത്രീയുടെ താളവ്യത്യാസത്തെ നിലനിർത്തേണ്ടതിന് പകരം ഒരു പൊതുതാള വ്യവസ്ഥയിലേക്ക് സ്ത്രീയെ കൊണ്ടുവരികയും അത് പരിശീലി പ്പിക്കുകയുമാണ് തിയേറ്ററിലെ നമ്മുടെ താളസങ്കല്പം ചെയ്തത്. സ്ത്രീ താളത്തിന്റെ അഭാവം കൊണ്ട് അപൂർണ്ണമായ ഒരു താളവ്യവ സ്ഥയാണ് നമുക്കുള്ളതെന്നർത്ഥം. സൂക്ഷ്മ വ്യത്യസ്തതകൾ സൗന്ദര്യ പ്രപഞ്ചം വിരിയിക്കുന്ന 'താളം' പോലെ ഒരു വ്യവസ്ഥ യിൽ സ്ത്രീതാളത്തിന്റെ ഈ വലിയ വ്യത്യസ്തത പരിഗണിക്ക പ്പെടാതെ പോയത് എന്തുകൊണ്ടാവാം? താളം ചിട്ടപ്പെടുത്തിയതും പ്രയോഗിക്കുന്നതുമായ വിദഗ്ധർ പുരുഷന്മാരാണ് എന്നതുകൊണ്ടും സ്ത്രീയുടെ താളം പ്രധാന താളമല്ല എന്ന മൂല്യസങ്കല്പം കൊണ്ടു മാണ്, ഇത്രയും വലിയ ഒരപൂർണ്ണത നമ്മുടെ താളച്ചിട്ടയിൽ വന്നി ട്ടുള്ളത്. സ്ത്രീകളായ താളവിദഗ്ധരോ, താളവാദ്യങ്ങൾ അനായാസ മായി കൈകാര്യം ചെയ്യുന്നവരോ വളരെ അപൂർവ്വമാണ് നമുക്കിട യിൽ. നമ്മുടെ ക്ഷേത്രശില്പങ്ങളിൽ താളവാദ്യങ്ങൾ ഉപയോഗി ക്കുന്ന സ്ത്രീകളെ കൊത്തിവെച്ചു കാണുന്നുവെങ്കിലും കൂടിയാട്ട ത്തിൽ മിഴാവ് പുരുഷനും കുഴിത്താളം സ്ത്രീയും ഉപയോഗിക്കുന്ന താണ് നാം കാണുന്നത്.

നമ്മുടെ താളവാദ്യോപകരണങ്ങളും പുരുഷതാളത്തിന്റെ ഉദ്ദേശം നിറവേറ്റാനുതകുന്നവയാണ്. താളം എങ്ങനെയാണ് വ്യത്യസ്തമാ വുക? ആദിതാളം സ്ത്രീക്കും പുരുഷനും ഒരുപോലെ തന്നെയല്ലേ? ഹൃദയമിടിപ്പിന്റെ താളത്തിന് വ്യത്യാസമുണ്ടോ? തുടങ്ങിയ ചോദ്യ ങ്ങളെല്ലാം മുന്നിൽ കാണുമ്പോഴും ഒരു സ്ത്രീയുടെ അനുഭവ യാഥാർത്ഥ്യം എന്ന നിലയിൽ പറയാൻ കഴിയും. സ്ത്രീതാളത്തിന്റെ അഭാവമുള്ള ഒരു താളവ്യവസ്ഥയാണ് നമുക്കുള്ളത്. എന്താണ് സ്ത്രീതാളം എന്ന് കണ്ടെത്തുക വളരെ ക്ലേശകരമാണ്. ഇപ്പോഴുള്ള

താളവ്യവസ്ഥയെ അതേപടി അംഗീകരിച്ചുകൊണ്ടും അതിന്നകത്തും ആണ് നമ്മുടെ രംഗവേദിയിൽ സ്ത്രീകളും നിലകൊള്ളുന്നത്. ഇന്ന് നമുക്കുള്ള താളച്ചിട്ടകളോടൊപ്പം സ്ത്രീതാളത്തിന്റെ താളച്ചിട്ടകളും കൂടിച്ചേരുമ്പോൾ ഉണ്ടാകാനിടയുള്ള താളച്ചിട്ടയുടെ പൂർണ്ണത, അതാണ് പ്രപഞ്ചത്തിലുള്ള താളപൂർണ്ണത.

താളംപോലെ തന്നെയാണ് വേഗ(Speed)ത്തിലെ വ്യത്യസ്ത തയും. സ്ത്രീയുടെയും പുരുഷന്റെയും വേഗങ്ങൾക്ക് അന്തരമുണ്ട്. വേഗത്തോടുള്ള മനോഭാവത്തിലും വ്യത്യാസമുണ്ട്. അമിതവേഗത്തെ ഭൂരിപക്ഷം സ്ത്രീകളും ഭയപ്പെടുന്നു. വേഗം സമയത്തെയും സ്ഥലത്തെയും കീഴടക്കാനുള്ള ഉപാധിയാണ് പുരുഷന്. പ്രപഞ്ചത്തെ കീഴടക്കാൻ വേഗത്തെ ഉപയോഗിക്കുക എന്നതാണ് ടെക്നോളജിയുടെ തന്ത്രം. പ്രപഞ്ചത്തോടുള്ള സ്ത്രീയുടെ മനോഭാവം എന്ത് എന്ന ചോദ്യം സയൻസിലും ടെക്നോളജിയിലും കടന്നു വരുന്നില്ല. ടെക്നോളജിയുടെ കലയായ സിനിമയിൽ ഇന്നുപയോഗിക്കുന്ന വേഗം പുരുഷവേഗം ആണ്. വേഗത്തിന്റെ മാസ്മരികശക്തി ദൃശ്യമേഖലയെ ആകെ ഹിസ്റ്റീരിക്ക് ആയി ബാധിച്ചിരിക്കുന്നത് കാണാം. ഈ വേഗത്തിനകത്തുള്ള സ്ത്രീശരീരത്തിന്റെ ദുരുപയോഗം മുമ്പെന്നത്തേക്കാളുമധികം ചൂഷണപരമാണ്.

നമ്മുടെ നാടകവേദി നിലനിർത്തുന്ന താളവേഗ സങ്കല്പങ്ങൾ സ്ത്രീയുടെ തനതായ ആവിഷ്കാരസാധ്യതകൾ പരമാവധി തടയുകയും തമസ്കരിക്കുകയും ചെയ്യുന്നുണ്ട്. പുരുഷക്കാഴ്ചക്കിമ്പമേകുന്ന താളവേഗങ്ങളിൽ സ്വന്തം ശരീര ചലനങ്ങൾ ചിട്ടപ്പെടുത്താനും അതാണ് സൗന്ദര്യാനുഭവം ഉണ്ടാക്കുന്നതെന്ന് വിശ്വസിക്കാനും നിർബന്ധിക്കപ്പെടുന്നതുമല്ലാതെ സ്വന്തം താളവേഗങ്ങൾ കണ്ടെത്താനുള്ള സ്വാതന്ത്ര്യമോ ശ്രമമോ സ്ത്രീകളുടെ ഭാഗത്തു നിന്നുണ്ടായിരുന്നില്ല. സ്ത്രീവാദ നാടകങ്ങളാണ് ആ വഴിക്കുള്ള പരീക്ഷണങ്ങൾക്ക് മുതിരുന്നത്. സ്ത്രീശരീരത്തിന്റെ സർഗ്ഗാത്മകത ഇനിയും ചൂഷണം ചെയ്യപ്പെട്ടിട്ടില്ലാത്ത ഒരു ശക്തിയാണ്. അടക്കം, ഒതുക്കം മുതലായ അടിച്ചേല്പിക്കപ്പെട്ട ഗുണങ്ങൾ അരങ്ങിലും പാലിക്കേണ്ടതുള്ളതുകൊണ്ട്, സ്ത്രീശരീരത്തിന്റെ സർഗ്ഗാത്മകതയെ ദൃശ്യത്തിന് വേണ്ടി എങ്ങനെയെല്ലാം ഉപയോഗിക്കാനാവും എന്ന് പരീക്ഷിക്കപ്പെട്ടിട്ടില്ല. പുരുഷന്റെ ശരീരത്തെ അപേക്ഷിച്ച് കൂടുതൽ സർഗ്ഗാത്മകമാണ് സ്ത്രീശരീരം. പ്രസവം പോലെ ഒരു പ്രക്രിയ സാധിക്കുംവിധം സർഗ്ഗാത്മകമായ സ്ത്രീശരീരത്തെ അരങ്ങ് വേണ്ടവിധം കണ്ടെത്തിയില്ല എന്നത് ശരീരഭാഷയെക്കുറിച്ചാലോചിക്കുമ്പോൾ ശ്രദ്ധിക്കേണ്ടതാണ്. സ്വന്തമായ താളവേഗങ്ങളും flexibilityയും

കൊണ്ട് വളരെ വ്യത്യസ്തമായ ഒരു 'ശരീരഭാഷ' സ്ത്രീകൾക്ക് അരങ്ങിന് വേണ്ടി രൂപപ്പെടുത്തിയെടുക്കാനാവും.

ചമയം, ദീപവിതാനം

ചമയവും ദീപവിതാനവും സ്ത്രീകൾ കൈകാര്യം ചെയ്യാൻ തുടങ്ങുന്നത് ഈയടുത്ത കാലത്താണ്. അതിൽ തന്നെ പുരുഷ ക്കാഴ്ചയെ അതേപടി ആവർത്തിക്കലാണ് പലതും. സ്ത്രീശരീര ത്തിന്റെ ഒടിവും വളവും ഉയർച്ചതാഴ്ചകളും സ്ത്രീശരീരത്തിനുണ്ടെന്ന് വിശ്വസിക്കപ്പെടുന്ന നിഗൂഢതയും ഒളിഞ്ഞുനോക്കി രസിക്കാനുതകും വിധമുള്ള വേഷവിധാനങ്ങളാണ് ദൃശ്യവേദി സ്ത്രീകൾക്ക് നൽകി യിരുന്നത്. സ്ത്രീകൾ സ്വയം അതാവർത്തിക്കുകയും ചെയ്തു പോന്നു. സ്ത്രീശരീരത്തിന്റെ ധർമ്മം പുരുഷന് ആഗ്രഹം ജനിപ്പി ക്കലാണ് എന്ന വിശ്വാസമായിരുന്നു അതിന്റെ പിന്നിൽ. സ്ത്രീവാദ പരമായ ഒരിടപെടൽ ഈ വിശ്വാസത്തെ തകിടം മറിക്കുന്നു. ശരീ രത്തെ മറ്റൊരു തരത്തിൽ കാണാൻ സ്ത്രീവാദ നാടകങ്ങൾ നമ്മെ പ്രേരിപ്പിക്കുന്നു. ശരീരംകൊണ്ട് സ്വത്വം മറയ്ക്കപ്പെടാൻ അനുവദി ക്കുന്ന വിധം അത് സ്ത്രീസ്വത്വത്തിലൂന്നുന്നു. ഇതിലേക്കായി സ്ത്രീ ശരീരത്തിന്റെ മേൽ ഒളിഞ്ഞു നോക്കാനുള്ള സാധ്യതകളെ തകർത്തു കൊണ്ട് നേർനോട്ടങ്ങൾക്കും നേർനോട്ടങ്ങളിലൂടെയുള്ള തിരിച്ചറിവു കൾക്കും വിധേയമാക്കും വിധമുള്ള ചമയങ്ങൾ സ്ത്രീനാടകവേദി കണ്ടെത്തുന്നു.

ക്യാമറ ഒരു ആൺകണ്ണാണെങ്കിൽ ആസക്തമായ അതിന്റെ ഒളിഞ്ഞു നോട്ടം സ്ത്രീശരീരത്തിൽ എവിടെയെല്ലാം സഞ്ചരിക്കുന്നു വെന്നും നിഴലും വെളിച്ചവും കൊണ്ട് എത്ര ശക്തമായി ഈ ഒളിഞ്ഞു നോട്ട ഇടങ്ങളെ പ്രേക്ഷകർക്ക് വെളിപ്പെടുത്തുകയോ നിഗൂഢമാക്കു കയാ ചെയ്യുന്നുവെന്നും സിനിമ കാണിച്ചുതരുന്നു. പ്രേക്ഷകരിലെ സ്ത്രീകളും പുരുഷന്മാരും ഇതിൽ രമിക്കുന്നവരാണ്. രംഗവേദിയിലെ ദീപവിതാനവും ഈ പ്രവണതകൾ തന്നെയാണ് പുലർത്തുന്നത്. വിശേഷിച്ചും കമേഴ്സ്യൽ നാടകരംഗത്ത് ചമയവും ദീപവിതാനവും സ്ത്രീ ശരീരത്തെ ഒരു കച്ചവടച്ചരക്ക് എന്ന നിലയിൽ സമീപിക്കുന്നു.

വാചികം- സ്ത്രീക്ക്

ഭാഷയിൽ നിലനിൽക്കുന്ന ആൺകോയ്മയുടെയും സ്ത്രീ വിരു ദ്ധതയും മൂലം ആംഗികാഭിനയത്തെ പൂരിപ്പിക്കുന്ന വാചികാഭിന യത്തിൽ പലപ്പോഴും 'നടി' സ്ത്രീക്കെതിരായി വാക്കും വാക്യവും (ഭാഷണം) ഉപയോഗിച്ചാണ് വാചികാഭിനയം നടത്തുന്നത്.

സംസ്കൃതനാടകങ്ങളിൽ സ്ത്രീകൾ പ്രാകൃതമേ ഉപയോഗിക്കാവൂ എന്ന് സ്ത്രീക്ക് ഭാഷ വിലക്കുന്നു. സംസ്കൃതം ശ്രേഷ്ഠമാണെന്നും ശ്രേഷ്ഠപുരുഷന്മാർ മാത്രമേ അരങ്ങത്ത് പ്രയോഗിക്കാവൂ എന്നുമുള്ള പുരുഷാധിപത്യനിലപാടാണ് ഈ നിയമത്തിന് പിന്നിലുള്ളത്. ഭാഷയിൽ സ്ത്രീവിരുദ്ധത എന്നപോലെ സ്ത്രീയുടെ അഭാവമുണ്ട്. ഭാഷണത്തെ ഏറ്റവും ശൈലീകരിക്കാൻ സാധ്യതയുള്ള നാടകത്തിലെ വാചികാഭിനയത്തിൽ ഒരുപക്ഷേ ജീവിതത്തേക്കാൾ വളരെ എളുപ്പത്തിൽ സ്ത്രീഭാഷ കൊണ്ടുവരാൻ കഴിയും. ഭാഷയിൽ സ്ത്രീയെ ദൃശ്യവൽക്കരിക്കുകയും സ്ത്രീവിരുദ്ധതയെ പ്രതിരോധിക്കുകയും ചെയ്യുന്ന ഒരു ഭാഷണരീതി സ്ത്രീവാദനാടകങ്ങൾക്ക് സൃഷ്ടിക്കാനാവും.

നാടകത്തിന്റെ സൂക്ഷ്മതലങ്ങളിലോരോന്നിലും ഇങ്ങനെ സ്ത്രീവ്യത്യസ്തതയുടെ സാധ്യതകൾ ഉപയോഗിക്കപ്പെടാതെ പോയിട്ടുണ്ട്. നാടകപരിശീലനത്തിന് ഇന്നുപയോഗിക്കുന്ന പൊതുവായ എക്സർസൈസ് പാറ്റേണുകൾ സ്ത്രീശരീരത്തിന്റെ അവസ്ഥയ്ക്ക് ചേരുന്നതാണോ എന്ന് പുനഃപരിശോധിക്കേണ്ടതുണ്ട്. ശരീരഭാഷ എന്നത് പൊതുവായ ഒരു ശരീരഭാഷ എന്നാണോ അതോ പുരുഷശരീരഭാഷയും സ്ത്രീശരീരഭാഷയും എന്ന രണ്ടു വ്യത്യസ്തതകളുടെ ആകത്തുകയാണോ എന്നത് നാടകപ്രവർത്തകരുടെ ചർച്ചയ്ക്ക് വിടുന്നു.

സംഗീതം പോലെ ലിംഗഭേദമില്ലെന്ന് വിവക്ഷിക്കപ്പെടുന്ന കലയിൽ പോലും സ്ത്രീയുടെ ഭാവങ്ങൾ പൂർണ്ണമായി ആവിഷ്കരിക്കപ്പെടുന്നുണ്ടോ? കലയും ഭാഷയും സാഹിത്യവും ശാസ്ത്രവും ചരിത്രവുമെല്ലാം പുരുഷനിർമ്മിതവും പുരുഷാധികാര വ്യവസ്ഥയിൽ നിലനിൽക്കുന്നതും ആകയാൽ അധികാരത്തിൽ നിന്ന് പുറത്താക്കപ്പെട്ട ജനവിഭാഗത്തിന്റെ ആത്മാവിഷ്ക്കാര സാധ്യതയ്ക്കുള്ള അന്വേഷണമായിട്ടാണ് നാടകത്തിലെ ‘സ്ത്രീശരീരഭാഷയുടെ’ അന്വേഷണം വികസിപ്പിക്കേണ്ടത്. ■

അവതാരിക

No tears in the writer
No tears in the reader

-Robert Frost

അക്രമവും സാമൂഹിക കാലുഷ്യവുംകൊണ്ട് മലിനമാക്കപ്പെട്ട ഒരു മഹാനഗരത്തിൽനിന്നും നാട്ടിലേക്ക് തിരിച്ചെത്തുന്ന ഉണ്ണി എന്ന യുവാവിന്റെ ബാക്കി ജീവിതത്തിന്റെ കഥയാണ് 'നിലാവറിയുന്നു' എന്ന സാറാ ജോസഫ് കഥ. 1990കളിലെ മുംബൈ കലാപത്തെയും തുടർന്നുണ്ടായ ഭീകരതയുടെയും പശ്ചാത്തലം കഥയ്ക്ക് ഉണ്ടായിരുന്നു. ഇതിനു മുമ്പ് സാറാ ടീച്ചറുടെ പല കഥകളും ഞാൻ വായിച്ചിരുന്നു എങ്കിലും നേരിട്ട് പരിചയപ്പെടാൻ ഒരവസരം ഉണ്ടായത് 'നിലാവറിയുന്നു' എന്ന കഥ ഒരു ലഘുചിത്രമാക്കാൻ തീരുമാനിച്ചപ്പോഴാണ്.

1995-ലായിരുന്നു അത്. ഞാൻ ദൂരദർശനിൽ പ്രവർത്തിക്കുന്ന കാലം. 'ഉയർത്തെഴുന്നേൽപ്പിന്റെ ടെലികാസ്റ്റിനുശേഷം ആണെന്നാണ് എന്റെ ഓർമ്മ. എം.ജി. ശശി എന്ന നാടകപ്രവർത്തകനും അഭിനയകുതുകിയും ആയ ഒരു യുവാവ്, ഒരു ടെലിഫിലിം സംവിധാനം ചെയ്യാമോ എന്ന ആഗ്രഹവുമായി എന്നെ സമീപിച്ചത്. സാറാ ടീച്ചറുടെ മകളുടെ ഭർത്താവ് ആണ് ശശി. അവരുടെ നാടകപ്രവർത്തനങ്ങളെക്കുറിച്ച് ഞാൻ ചോദിച്ചറിഞ്ഞു.

'നിലാവറിയുന്നു' എന്ന കഥ ഒരു ചിത്രം ആവുന്നതിന്റെ വെല്ലുവിളികളും സാധ്യതകളും ആയിരുന്നു ഞങ്ങളുടെ ചർച്ചകളിൽ നിറഞ്ഞുനിന്നത്. തിരക്കഥയ്ക്ക് ഞാൻ തന്നെ ഉണ്ടാക്കിയ രൂപശില്പത്തെ ടീച്ചർ സർവ്വാത്മനാ അംഗീകരിച്ചു. അതിലെ എന്റെതായ ചില കൂട്ടിച്ചേർക്കലുകളെക്കുറിച്ച് എനിക്കുണ്ടായിരുന്ന

സന്ദേഹങ്ങൾ അവർ സസ്നേഹം ദൂരീകരിച്ചു. 'നിലാവറിയുന്നു' എന്ന കഥയുടെ നിർമാണവും പ്രദർശനവും തുടർന്ന് ആ ചിത്രം നേടിയ അംഗീകാരങ്ങളുടെയും ദിവസങ്ങളിൽ എം.ജി. ശശിയുടെയും സാറ ടീച്ചറുടേയും കുടുംബവുമായുള്ള എന്റെയും എന്റെ കുടുംബ ത്തിന്റെയും സൗഹൃദം വളർന്നു.

അക്കാലത്ത് സാറ ടീച്ചർ പാലക്കാട് വിക്ടോറിയ കോളേജിൽ പഠിപ്പിക്കുകയായിരുന്നു. സ്ത്രീ/സാമൂഹികവിഷയങ്ങളിൽ തന്റെ ഉറച്ച അഭിപ്രായങ്ങൾ പല വേദികളിലും അവർ ഉറക്കെ കേൾപ്പിച്ചു. മിക്കപ്പോഴും ഇത്തരം പ്രവർത്തനങ്ങൾക്ക് ഉതകുന്ന, പ്രബോധനാ ത്മകമായ നാടകങ്ങളും കഥകളും എഴുതുകയും ചെയ്തിരുന്നു. പുതിയ അരങ്ങിന്റെ ശക്തിയും വൈവിദ്ധ്യവും നമ്മുടെ ക്യാമ്പസു കളിൽ സജീവമായിരുന്ന കാലമായിരുന്നു അത്. സാമൂഹിക വിഷയ ങ്ങളിൽ ഉള്ള തന്റെ കാഴ്ചപ്പാടുകൾ അവതരിപ്പിക്കാൻ സ്വന്തമായ രചനകൾ നിർവഹിക്കുകയും അതിന്റെ അവതരണങ്ങളിൽ പങ്കാളി യാവുകയും ചെയ്യുക എന്ന മാർഗ്ഗം മാത്രമേ ആ എഴുത്തുകാരിക്ക് മുൻപിൽ ഉണ്ടായിരുന്നുള്ളൂ.

നിലവിലെ സാമൂഹിക അസമത്വങ്ങളെയും അനീതികളേയും കണ്ട് എഴുത്തുകാരിയുടെ കണ്ണ് നിറയുക മാത്രമല്ല, അവരുടെ ചുരുട്ടിയ മുഷ്ടികൾ ആകാശത്തേക്ക് ഉയരുന്നുമുണ്ട്. അതുകണ്ട് അനുവാചകന്റെ കണ്ണു നിറയുക മാത്രമല്ല, തന്നിലേക്കും തന്റെ കുടുംബ വ്യവസ്ഥയിലേക്കും സമൂഹത്തിലേക്കും വിമർശന ബുദ്ധ്യാ ദൃഷ്ടി പായിക്കാൻ അവനെ പ്രേരിപ്പിക്കയും ചെയ്യുന്നുണ്ട്.

തുടർന്നുള്ള വർഷങ്ങളിൽ എം.ജി. ശശിയുമായി ചേർന്ന് ഞാൻ ഉണ്ടാക്കിയെടുക്കാൻ ശ്രമിച്ച നിരവധി ടെലിവിഷൻ സിനിമ പ്രൊജക്ടു കളിൽ സാറാ ടീച്ചർ സജീവ സാന്നിധ്യമായിരുന്നു. മലയാറ്റൂർ രാമ കൃഷ്ണന്റെ ഒരു നോവലിനെ ആസ്പദമാക്കി തയ്യാറാക്കിയ 'പ്രജാ പതി' എന്ന ചലച്ചിത്രം നിർമിക്കാൻ ഇരുന്നത് എം.ജി. ശശി യായിരുന്നു. പല കാരണങ്ങൾകൊണ്ട് അത് നടന്നില്ല. പിന്നീട് 'പ്രണയം' എന്ന ടീച്ചറുടെ കഥയുടെ സിനിമാരൂപം അവർ തന്നെ എഴുതി തയ്യാറാക്കി. നിരവധി തവണ ആ ചിത്രത്തിന്റെ ചർച്ചകൾ ക്കായി പാലക്കാട്ടും തിരുവനന്തപുരത്തുമൊക്കെയായി ഒന്നിച്ചിരു ന്നത് ഹൃദ്യമായ ഓർമകളായി ഇന്നും മനസ്സിലുണ്ട്. പക്ഷേ നിർഭാഗ്യ വശാൽ ആ പദ്ധതി പിന്നീട് പല കൈമറിഞ്ഞ്, പല രൂപഭാവങ്ങളിൽ ഒരു ടെലിവിഷൻ സീരിയൽ ആയി അവസാനിക്കുകയാണ് ഉണ്ടാ യത്.

'ആലാഹയുടെ പെൺമക്കൾ' ആണ് എനിക്ക് ഏറ്റവും ഇഷ്ടപ്പെട്ട ടീച്ചറുടെ കൃതി എന്ന് പലപ്പോഴും ഞാൻ ടീച്ചറോട് സൂചിപ്പിച്ചിട്ടുണ്ട്. അതിവേഗം വളർന്നുകൊണ്ടിരിക്കുന്ന ഒരു നഗരത്തിന്റെ പുറമ്പോക്കിൽ വസിക്കുന്ന ഒരു പെൺകുട്ടിയുടെ ജീവിതവും പരിസരവും ഒരു മാന്ത്രികശോഭയോടെ, ഭാവനാത്മകമായി സാക്ഷാത്കരിക്കപ്പെടുന്ന ആ രചനാമികവ് അദ്വിതീയമാണ്.

ഏറ്റവും അടുത്ത കാലത്ത്, ടീച്ചറുടെ വിഖ്യാത നോവലായ 'ആളോഹരി ആനന്ദം' സിനിമയാക്കാനുള്ള തീവ്രമായ ആഗ്രഹം ഞാൻ അറിയിച്ചപ്പോൾ അവർ ഉപാധികൾ ഒന്നുമില്ലാത്ത സമ്മതം നൽകുകയാണ് ഉണ്ടായത്. സിനിമ നിർമ്മാണ മേഖലയിലുണ്ടായ നിരവധി വെല്ലുവിളികളും തുടർന്നുള്ള കോവിഡ്കാല സമ്മർദ്ദങ്ങളും അതിന്റെ സാക്ഷാത്കാരത്തിന് താമസം ഉണ്ടാക്കിയെങ്കിലും ഇന്നും ഞാൻ ഊർജ്ജിതമായി തയ്യാറെടുത്തുകൊണ്ടിരിക്കുന്ന ചലച്ചിത്ര പദ്ധതിയും ഇതുതന്നെയാണ്.

ഇത്രയും വ്യക്തിപരം.

ഇനി ഈ പുസ്തകത്തിന്റെ വിഷയത്തിലേക്ക് വരാം. മൂന്നു ലഘുനാടകങ്ങൾ ആണ് ഈ പുസ്തകത്തിൽ ഉള്ളത്. സാമൂഹിക വിഷയങ്ങളിൽ ശക്തമായി പ്രതികരിച്ചുകൊണ്ടുള്ളവതന്നെ മൂന്നും. പ്രത്യേകിച്ചും സ്ത്രീ സ്വാതന്ത്ര്യത്തെയും സമത്വത്തെയും കുറിച്ചുള്ള, നേരത്തെ സൂചിപ്പിച്ചതുപോലെ എഴുത്തുകാരിക്ക് ഏറ്റവും പ്രിയപ്പെട്ട വിഷയങ്ങൾ. തന്റെ ആശയങ്ങൾക്ക് വേണ്ടി ആവേശത്തോടെ, നില കൊള്ളുകയും ആത്മാർത്ഥതയോടെ വാദിക്കുകയും ചെയ്യുന്നതിന്റെ രംഗാവിഷ്കരണ പാഠങ്ങൾ ആണവ. പ്രക്ഷോഭ പ്രേരണ നൽകുന്ന, പ്രബോധനാത്മകമായ ഈ ചെറുനാടകങ്ങളെ ഒരു നാടകപ്രേമി എന്ന നിലയിലല്ല, ഒരു സാമൂഹികജീവി എന്ന നിലയിൽ ആണ് ഞാൻ ആസ്വദിക്കാനും അവലോകനം ചെയ്യാനും പ്രേരിതനാവുന്നത്.

നാടകരചനാ മേഖലയിൽ നമ്മുടെ നല്ല എഴുത്തുകാർ വളരെ വിരളമായേ സംഭാവനകൾ നൽകിയിട്ടുള്ളൂ എന്നത് ഒരു ചരിത്ര സത്യമാണ്. നോവൽ, കവിത, കഥ തുടങ്ങിയ രൂപങ്ങൾക്ക് ഒപ്പം ഗൗരവമുള്ള (ആത്മാവിഷ്കാരരൂപത്തിലുള്ള) ശ്രമങ്ങൾ നാടകരചന മേഖലയിൽ ഉണ്ടായിട്ടില്ല എന്നത് ഒരു നിർഭാഗ്യകരമായ വസ്തുതയാണ്. മലയാള സാഹിത്യത്തിന്റെ ആധുനിക കാലഘട്ടത്തിലും ഉത്തര-ആധുനിക കാലഘട്ടത്തിലും നാടകരചനകളുടെ സ്ഥിതി അതുതന്നെ. ഒരു തരം ആഴമില്ലാത്ത രചനകൾ ആധുനിക മലയാള നാടകകലയുടെ സർഗ്ഗാത്മകമായ വളർച്ചയെ ബാധിച്ചിട്ടുണ്ട് എന്ന് പറയാതെ വയ്യ. രംഗത്ത് അവതരിപ്പിക്കുന്ന കെട്ടുകാഴ്ചകൾക്ക്

വേണ്ടിയുള്ള ഭാഷണപാഠം എഴുതി ഉണ്ടാക്കുന്നത് മാത്രമായി മാറി മിക്കപ്പോഴും ആധുനിക മലയാള നാടകവേദിയിലെ എഴുത്തുകാരന്റെ റോൾ.

പാശ്ചാത്യ നാടകവേദിയുടെ ഉജ്ജ്വലമായ വളർച്ചയുടെ ഏറ്റവും നിർണായകശക്തി എണ്ണം പറഞ്ഞ എഴുത്തുകാർ സൃഷ്ടിച്ച ഐതിഹാസിക രചനകളാണ്. ഇബ്സൻ, ചെക്കോവ്, മില്ലർ, ടെന്നിസി വില്യംസ്, ഒനീൽ, സാമുവൽ ബെക്കെറ്റ്, പിന്റർ, ഡേവിഡ് മാമറ്റ് എന്നിവരുടെ ഏത് കൃതികളും രംഗാവതരണക്ഷമം എന്നതിലുപരി തീവ്രമായ സാഹിത്യഭംഗിയും പേറുന്നതാണ്. ആഴത്തിലുള്ള മനുഷ്യജീവിത ചിത്രീകരണങ്ങളാണ് അവയിലുള്ളത്. (ജേർസി ഗ്രോട്ടോസ്കിയുടേതുപോലുള്ള, ശുദ്ധ രംഗകലാ പരീക്ഷണങ്ങളും ഇതിനു സമാന്തരമായി പാശ്ചാത്യ നാടകവേദിയിൽ നടന്നുകൊണ്ടിരുന്നു എന്ന വസ്തുതയും ഞാൻ വിസ്മരിക്കുന്നില്ല.)

ഇന്ത്യൻ നാടകരംഗത്ത് ടാഗോർ, ടെണ്ടുൽക്കർ, ഗിരീഷ് കർണാർഡ്, മോഹൻ രാകേഷ് തുടങ്ങിയവരുടെ ചില സൃഷ്ടികളെങ്കിലും മേൽപറഞ്ഞ ശക്തിയും ഭംഗിയും പേറുന്നുണ്ട്. ഇവരൊക്കെ സൃഷ്ടിച്ച മൗലികമായ രചനാസൗധങ്ങളാണ് ഇന്ത്യൻ രംഗാവിഷ്കാരങ്ങൾക്ക് എക്കാലവും ആധാരമായത്. രംഗവേദിയുടെ പുതിയ ഭാഷ കരുപ്പിടിപ്പിക്കുമ്പോഴും എഴുത്തിന്റെ ശക്തിയിൽ ഒരു ചോർച്ചയും സംഭവിച്ചു കണ്ടില്ല.

മുഖ്യധാരയിലും നവീന പരീക്ഷണ രംഗകലാ പ്രവണതകളിലും നല്ല എഴുത്ത് എന്നതിന്റെ അനിവാര്യത ലോക നാടകവേദിയിൽ പരക്കെ അംഗീകരിക്കപ്പെട്ടിരിക്കവേ നമ്മുടെ ഭാഷയിൽ രചനാഗുണത്തിന് (സാഹിത്യ ഗുണത്തിന് എന്ന് മറ്റൊരു അർത്ഥത്തിൽ വിളിക്കാം) വലിയ പ്രാധാന്യം ഇന്നും പൊതുവെ കൊടുത്തുകാണാറില്ല.

മലയാളത്തിൽ, ആദരണീയരായ സി.എൻ. ശ്രീകണ്ഠൻ നായർ, ജി. ശങ്കരപ്പിള്ള, കാവാലം നാരായണപ്പണിക്കർ തുടങ്ങിയ എഴുത്തുകാരുടെ രചനകളിൽ പോലും മിക്ക സൃഷ്ടികളിലും ഒരു രംഗാവതരണത്തിനു ഉള്ള ടെക്സ്റ്റ് എന്നതല്ലാതെ സാഹിത്യപരമായ ഒരു സർഗ്ഗാത്മക അസ്തിത്വം കണ്ടെത്താൻ ക്ലേശിക്കേണ്ടി വരും. സാഹിത്യശക്തി പേറുന്ന പുതിയ നാടക രചനകൾ ഇന്ന് പുറത്തു വരുന്നില്ല എന്ന കാരണംകൊണ്ട് പുതിയ സംവിധായകർക്ക് നമ്മുടെ ഭാഷയിലുള്ളതോ വിദേശീയമോ ആയ നോവലുകളേയും ചെറുകഥകളേയും അധികരിച്ച് രംഗാവിഷ്കരണങ്ങൾ തയ്യാറാക്കേണ്ടി വരുന്നു ഇന്ന്.

സാറാ ജോസഫിനെപോലെ പ്രതിഭാധനയായ, സാഹിത്യ രചനയിൽ തനതായ വ്യക്തിത്വമുള്ള ഒരു എഴുത്തുകാരി നാടക രചനയുടെ മേഖലയിൽ തന്റെ സംഭാവനകൾ നൽകുമ്പോൾ നമുക്ക് സന്തോഷവും പ്രതീക്ഷയും അതുകൊണ്ട് തന്നെയാണ് ഉണ്ടാവുന്നത്.

ആനുകാലിക വിഷയങ്ങളിലുള്ള ദൃശ്യപരമായ പ്രതിഷേധത്തിനുതകുന്ന ഏകാങ്കങ്ങൾ എന്നതിലുപരി ആഴമുള്ള വിഷയങ്ങളുടെ സൂക്ഷ്മതലങ്ങളിൽ ജീവിതത്തെ ചിത്രീകരിക്കുന്ന നാടകങ്ങൾ രചിക്കാൻ അവരെപ്പോലുള്ള വലിയ എഴുത്തുകാർക്കാവും. ഉദാഹരണത്തിന്, 'ആളോഹരി ആനന്ദം' പോലെയോ, 'ആലാഹയുടെ പെൺമക്കൾ' പോലെയോ ഉള്ള ഒരു പ്രമേയത്തെ നാടകത്തിന്റെ രൂപത്തിൽ ആവിഷ്കരിക്കാൻ അവർ സന്നദ്ധമാവുന്നുവെങ്കിൽ, മലയാള സമകാലീന നാടകവേദിയുടെ തന്നെ അർത്ഥപൂർണമായ വളർച്ചയ്ക്ക്, നവീനമായ ഒരു സംവേദനക്ഷമത രൂപപ്പെടുത്തുന്ന ശ്രമങ്ങൾക്ക് എത്ര മാത്രം ആക്കം നൽകിയേനെ. സ്വാർത്ഥത നിറഞ്ഞ ഇത്തരം ഒരു ആഗ്രഹ പ്രകടനം ടീച്ചറോട് നടത്താൻ എനിക്ക് സ്വാതന്ത്ര്യം ഉണ്ടെന്ന വിശ്വാസത്തിലാണ് ഇവിടെ ഈ അഭ്യർഥനയ്ക്ക് മുതിരുന്നത്.

സ്നേഹ ആശംസകൾ, പ്രിയപ്പെട്ട സാറ ടീച്ചർക്കും വായനക്കാർക്കും ഈ പുസ്തകത്തിന്റെ പ്രസാധകർക്കും നേർന്നുകൊണ്ട്,

ശ്യാമപ്രസാദ്

ഭൂമിരാക്ഷസം

കുറിപ്പ്

തൃശ്ശൂർ നാടക സൗഹൃദത്തിന്റെ കൂട്ടായ്മയിലാണ് 'ഭൂമി രാക്ഷസം' ആദ്യം അരങ്ങേറിയത്. സംവിധായകൻ, എം.ജി. ശശി. ആ രംഗപാഠത്തിന് സംഗീത നാടക അക്കാദമിയുടെ പുരസ്കാരം ലഭിച്ചു. പോണ്ടിച്ചേരിയിലെ 'ആദിശക്തി' തിയ്യേറ്റർ റിസേർച്ച് ലബോറട്ടറി 'ഭൂമിരാക്ഷസ'ത്തെ ആധാരമാക്കി 'ഭൂമി' എന്ന പേരിൽ ഇംഗ്ലീഷ് നാടകം വിനയ്കുമാർ സംവിധാനം ചെയ്തിട്ടുണ്ട്.

അരങ്ങ് ഒന്ന്

അണിയറയിൽ നിന്ന് കേൾക്കുന്ന ശബ്ദങ്ങളോടെ നാടകം തുടങ്ങുന്നു. കള്ളനെയോ കൊലപാതകിയെയോ വേശ്യയെയോ പിന്തുടർന്നോടിക്കുന്ന അക്രമാസക്തമായ ഒരു ആൾക്കൂട്ടത്തിന്റെ സാന്നിദ്ധ്യമാണ് ശബ്ദത്തിലുള്ളത്. കർട്ടൻ ഉയരുന്നതിനനുസരിച്ച് ശബ്ദത്തിന്റെ തീവ്രതയേറുന്നു. ആരോ ഓടി വരുന്ന കാലൊച്ചകൾ/കിതപ്പുകൾ/പട്ടിയുടെ കുര.

കർട്ടൻ ഉയരുമ്പോൾ അരങ്ങിൽ ഇരുട്ടാണ്. ഇരുട്ടിലേക്ക് ഓടി വന്നുവീഴുന്ന ഒരു സ്ത്രീ. സ്പോട്ട് ലൈറ്റ് അവരെ അടയാളപ്പെടുത്തുന്നു. അവർ വീണിടത്ത് നിന്നും എഴുന്നേൽക്കുന്നു. പിന്തുടർന്നോടിക്കുന്നവരെ ഭയപ്പെട്ടുള്ള ചലനങ്ങൾ. ദിക്ക് തിരിയാതെ ആദ്യം ഇടത്തോട്ടും പിന്നെ വലത്തോട്ടും നീങ്ങുന്നു. ഇത് ആവർത്തിക്കുന്നു.

പെട്ടെന്ന് അവർ നിന്നു. വലതുവശത്ത് ഒരു ഗേറ്റ് കണ്ടു. ഒരു വീടും. സത്യത്തിൽ ഇതു രണ്ടും അവിടെ ഇല്ല. സ്ത്രീ ഓടിച്ചെന്ന് ആ ഗേറ്റിൽ തട്ടുന്നു. ഇരുമ്പ് ഗേറ്റിൽ തട്ടുന്ന ഒച്ച കേൾക്കാം. ആദ്യം പതുക്കെ പിന്നെ ഉച്ചത്തിൽ. സ്ത്രീയുടെ പരിശ്രമം ഏറുന്നു, പട്ടിയുടെ കുരയും.

സ്ത്രീ : വീട്ടുകാരേ, ഏയ് വീട്ടുകാരേ, ആരൂല്യേ ഇവിടെ? ഒന്നു പടി തൊറക്കൂ?

ആരോ ആക്രമിക്കാൻ വരുന്നുണ്ടെന്നപോലെ ഇടത്തോട്ടും വലത്തോട്ടും ശൈലീകൃതമായി ചായുന്ന അവരുടെ ശരീരം/നോട്ടം/ഭയം

സ്ത്രീ : വീട്ടുകാരേ, വേഗം, വേഗം, ഒന്ന് ലൈറ്റിടോ? ഈ പടി ഒന്ന് തൊറകോ? വീട്ടുകാരേ...

അണിയറയിൽ നിന്ന് ഒരു പുരുഷൻ വിളിച്ചു ചോദിക്കുന്നു.

പുരുഷശബ്ദം : ആരാ...

സ്ത്രീ : ഞാൻ... ഒരു... വഴിപോക്കത്തിയാ.

പുരുഷശബ്ദം : വഴിപോക്കത്തിയോ? അങ്ങനെയൊരു പതിവുണ്ടോ? വഴിപോക്കനല്ലേയുള്ളൂ? വഴിപോക്കത്തി എന്ന് ഇതുവരെ കേട്ടിട്ടില്ലല്ലോ. നിങ്ങൾക്ക്

തെറ്റിയതായിരിക്കും നിങ്ങൾ... വല്ല വഴിപോക്കനുമായിരിക്കും.

പെട്ടെന്ന് അരങ്ങിൽ വെളിച്ചം പരന്നു. സ്ത്രീ അമ്പരന്നു നിൽക്കുന്നു. അവർ സ്റ്റേജിന്റെ ഒത്ത നടുവിലാണ്. ജീൻസും ഷർട്ടുമിട്ട് തോളിൽ ഒരു സഞ്ചിയും തൂക്കി അലസമായി മുടികെട്ടിവെച്ച ഒരു സ്ത്രീ. പെട്ടെന്ന് വന്ന വെളിച്ചത്തിൽ അസഹ്യത ഭാവിക്കുന്നു.

സ്ത്രീ : (സംശയം) ഞാനൊരു വീടിന്റെ മുന്നിലല്ലേ നിന്നിരുന്നത്? (ഇടത്തോട്ടും ഒന്ന് സംശയിച്ചിട്ട് പെട്ടെന്ന് വലത്തോട്ടും ശൈലീകൃതമായ നീക്കങ്ങൾ)

ഇവിടെ (സംശയം) ഇവിടെ ഒരു ഗേറ്റ് ഉണ്ടായിരുന്നില്ലേ? (ഭയം) ഞാൻ ആ ഗേറ്റിൽ തട്ടി. ഒരു പട്ടി കുരച്ചു. ഞാൻ പേടിച്ചുപോയി. (കൺഫ്യൂഷൻ) ഞാൻ ആരോടോ സംസാരിച്ചു. അതോ, സംസാരിച്ചില്ലേ? ഉവ്വുവ്വ്, സംസാരിച്ചു. ഞാൻ വല്ല വഴിപോക്കനുമായിരിക്കുമെന്ന് അയാൾ എന്നോട് പറഞ്ഞു. കനത്ത ശബ്ദത്തിൽ. (പരിഹാസച്ചിരി) ഇത് നല്ല കൂത്ത്. ഞാൻ ആരാണെന്ന് അയാൾ എന്നോട് പറയുക? (സംശയം) ഇനി ഒരുപക്ഷേ.. ഒരുപക്ഷേ... എന്റെ വേഷം കണ്ട് തെറ്റിദ്ധരിച്ചതാണോ? (പ്രകാശം) അതിന് അപ്പോൾ ഇരുട്ടായിരുന്നില്ലേ? കുറ്റാക്കൂറ്റിരുട്ട്?

(ശൈലീകൃതമായ 'ചോടുവെപ്പുകളോടെ' ഇടത്തോട്ടും വലത്തോട്ടും നീങ്ങുന്നു.)

ആ ഗേറ്റെവിടെ? ആ വീടെവിടെ? അയാൾ... അയാളെവിടെ..?

(ഇടതുവശത്തുനിന്ന് ഒരാൾ പ്രവേശിക്കുന്നു, ഉറക്കറവേഷം.)

അയാൾ : (സ്ത്രീ ശബ്ദമാണെയാൾക്ക്) നിങ്ങളെന്നെ വിളിച്ചോ?

സ്ത്രീ : (നടുങ്ങി മാറിനിന്നു) നിങ്ങളാരാ?

അയാൾ : അതു ശരി! നിങ്ങളല്ലേ എന്നെ വിളിച്ചത്?

സ്ത്രീ : ഞാനോ? ഞാൻ നിങ്ങളെ വിളിച്ചെന്നോ? (സംശയം) നിങ്ങൾ (വീട് കണ്ട വശത്തേക്ക് ചൂണ്ടി) ആ വീട്ടിൽ നിന്നാണോ?

അയാൾ : വീടോ? ഏത് വീട്? നിങ്ങളെന്താ ആളെ കളിയാക്കാ...? നിങ്ങൾ വിളിച്ചു. ഞാൻ വന്നു. വീടും കീടുമൊന്നും എനിക്കറിയില്ല.

(സ്ത്രീ കടുത്ത സംശയത്തിൽ ശൈലീകൃതമായ നീക്കം. അയാളും അവരും മുഖാമുഖം, താളാത്മകമായ ചലനം.)

സ്ത്രീ : (കുറ്റപ്പെടുത്തും മട്ടിൽ) ആ ഗേറ്റെവിടെ?

അയാൾ : ഗേറ്റോ? ഏത് ഗേറ്റ്?

സ്ത്രീ : ഞാൻ തട്ടി വിളിച്ച നിങ്ങളുടെ വീടിന്റെ ഗേറ്റ്?

അയാൾ : (ചിരി) എന്റെ വീടിന്റെ ഗേറ്റോ?

സ്ത്രീ : അതെ, നിങ്ങളുടെ വീടിന്റെ ഗേറ്റ്?

അയാൾ : (ചിരി) ഞാനത് വിഴുങ്ങി.

(പെൺശബ്ദത്തിലുള്ള ചിരി)

സ്ത്രീ : നിങ്ങൾ ശബ്ദം മാറ്റി എന്നെ കളിയാക്കുന്നു.

അയാൾ : ഇതെനിക്ക് ജന്മനാ ഉള്ള ശബ്ദമാണ്. മാറ്റാനൊന്നും പറ്റില്ല.

സ്ത്രീ : (പെട്ടെന്ന് നിന്നു) അല്ലാ, നിങ്ങൾ എന്നോട് സംസാരിച്ചത് ഈ ശബ്ദത്തിലായിരുന്നില്ല. കനത്ത പുരുഷശബ്ദമാണ് നിങ്ങളുടെ.

അയാൾ : എങ്കിൽ അത് ഞാനായിരിക്കില്ല.

സ്ത്രീ : ആണ്. നിങ്ങളുടെ രൂപം അതു തന്നെയാണ്. ഞാൻ കേട്ട ശബ്ദത്തിന്റെ അതേ രൂപമാണ് നിങ്ങൾ.

അയാൾ : ശരി. എപ്പോൾ, എവിടെവെച്ച്, ഞാൻ നിങ്ങളോട് സംസാരിച്ചു?

സ്ത്രീ : (ഉറപ്പിച്ചു) ഇവിടെവെച്ച്. വെറും അഞ്ച് മിനുട്ട് മുമ്പ്, നിങ്ങളുടെ ഗേറ്റിൽ (സംശയം. ഗേറ്റ് ഉണ്ട് എന്ന് പറയുന്ന സ്ഥലത്തേക്ക് നോക്കിക്കൊണ്ട് വീണ്ടും ഉറപ്പോടെ) ഞാൻ തട്ടിവിളിച്ചപ്പോൾ.

അയാൾ : (പെൺചിരി) ഇതുതന്നെ ധാരാളം മതി, നിങ്ങൾ പറയുന്നത് അസംബന്ധമാവാൻ. അഞ്ച് മിനുട്ട് മുമ്പ് ഈ വിജനതയിലൊരു വീടും അതിനൊരു ഗേറ്റും ഉണ്ടായിരുന്നു എന്നല്ലേ നിങ്ങൾ പറഞ്ഞത്, (അടുത്തുചെന്ന് പരിഹാസത്തോടെ) എന്നിട്ടെവിടെ?

(സ്ത്രീ പരുങ്ങുന്നു. ഗേറ്റിരുന്ന ദിക്കിലേക്ക് ചാഞ്ഞും ചെരിഞ്ഞും നോക്കുന്നു. സംശയം)

അയാൾ	:	ആട്ടെ, നിങ്ങൾ ആ വീട് ശരിക്കും കണ്ടോ?
സ്ത്രീ	:	കണ്ടു. (സംശയം) ഇല്ല! അപ്പോൾ ഇരുട്ടായിരുന്നു.
അയാൾ	:	ഒരഞ്ച് മിനുട്ട് മുമ്പ്! അല്ലേ? ഇപ്പോൾ പട്ടാപ്പകൽ. അഞ്ച് മിനുട്ട് മുമ്പ് പാതിരാത്രി! ഇതൊക്കെ ആര് വിശ്വസിക്കും?
സ്ത്രീ	:	ഞാൻ നുണ പറഞ്ഞു എന്നാണോ?
അയാൾ	:	അതെനിക്കറിയില്ല. നിങ്ങളുടെ നേര് ചിലപ്പോൾ എന്റെ നുണയാവാം. നിങ്ങളുടെ രാത്രി എന്റെ പകലുമാവാം. അതൊന്നുമല്ല വിഷയം. നോക്കൂ, ശ്രീമതി, ഇതൊരു കളിക്കളമാണ്.

(ആരവം)

(അയാൾ ചുറ്റിനടന്ന്)

ദാ, കണ്ടില്ലേ, പിച്ച്, ബൗണ്ടറികൾ, ഗാലറി... ദാ വരുന്നു കളിക്കാർ... ഇന്ന് വൺഡേ മാച്ചുള്ള ദിവസമാണ്.

(ആരവം)

ഞാൻ...

(അയാൾ ബാറ്റ് ചെയ്യാനൊരുങ്ങുന്നു)

ഞാനത്ര വലിയ കളിക്കാരനൊന്നുമല്ല.

(അയാൾ ബാറ്റ് ചെയ്തു. കാണികൾക്കിടയിലേക്ക് വളഞ്ഞു കുത്തിപ്പോകുന്ന പന്ത്. അയാളുടെയും അവളുടെയും കണ്ണിൽ/മുഖത്ത്/ശരീരഭാഷയിൽ. സ്ത്രീ ആ പന്ത് പിടിച്ചു. ആരവം.)

ഞാൻ പറഞ്ഞില്ലേ. ഞാന്രത നല്ല ഒരു കളിക്കാരനൊന്നുമല്ല. കളികാണാൻ വന്നു എന്നു മാത്രം. പക്ഷേ നിങ്ങൾ... നിങ്ങൾ വളരെ വ്യത്യസ്തയാണ്.

സ്ത്രീ അയാളെയും കൈയ്യിലിരിക്കുന്ന പന്തിനെയും മാറി മാറി നോക്കുന്നു. ഭയപ്പെട്ട് ആ പന്ത് താഴെയിടുന്നു. അയാൾ അടുത്ത്ചെന്ന്, അല്പം അശ്ലീലമായ ഭാവത്തിൽ.

: നോക്കൂ, എന്റെ കയ്യിൽ എന്തിനോ വേണ്ടി രണ്ട് ടിക്കറ്റുകൾ വന്നുപെട്ടിട്ടുണ്ട്. ഇപ്പോൾ എനിക്ക് ഉറപ്പായി, ഒന്ന് നിങ്ങളെ ഉദ്ദേശിച്ചാണെന്ന്. വരൂ, നമുക്ക് കളികാണാം.

കൈനീട്ടുന്നു. സ്ത്രീ ഈർഷ്യയോടെ പിന്മാറുന്നു. അയാൾ വീണ്ടും കൈ നീട്ടി. സ്ത്രീ പിന്മാറി. അയാൾ ഒറ്റക്കുതിപ്പിന് അവരുടെ കൈ പിടിച്ചു. (അധികാര സ്വരത്തിൽ)

വരാനല്ലേ പറഞ്ഞത്.

(സ്ത്രീ അയാളുടെ കൈ കുടഞ്ഞു തെറിപ്പിക്കുന്നു. അണിയറയിൽ നിന്ന് നടീനടന്മാരുടെ സംസാരം കേൾക്കുന്നു. സ്റ്റേജ് ഉപകരണങ്ങളെപ്പറ്റിയാണ്.)

അയാൾ : വരുന്നുണ്ടോ?

സ്ത്രീ : (ശക്തമായി) ഇല്ല.

എന്നാൽ പിന്നെ തനിക്കൊന്നും ചെയ്യാനില്ല എന്ന മട്ടിൽ അയാൾ തോളുകൾ ഉയർത്തിവെട്ടിച്ചും കൈകൾ മലർത്തിക്കാട്ടിയും പോകുന്നു. വീടിരുന്ന ദിക്കിലേക്കും അയാൾ പോയ വഴിയിലേക്കും മാറിമാറി നോക്കുന്ന സ്ത്രീ. അമ്പരപ്പ്. സ്റ്റേജിന്റെ വശങ്ങളിൽ നിന്ന് രംഗോപകരണങ്ങളുമായി വരുന്ന നടീനടന്മാർ സ്ത്രീയോട്,

നടൻ 1 : അല്ലാ, മാഷ് ഇന്ന് നേർത്തെ വന്നോ?

നടൻ 2 : ഇന്നും ഞങ്ങൾ തന്ന്യാ വൈകേ്യത്.

(അവർ രംഗസജ്ജീകരണത്തിൽ)

നടി : സോറി മാഷേ, വീട്ടീന്നങ്ങട് ഊരിച്ചാടാൻ പറ്റണ്ടേ?

(അവർ രംഗസജ്ജീകരണത്തിൽ, സ്ത്രീ സംശയിച്ച് അവരുടെ അടുത്ത് ചെല്ലുന്നു. ഉറപ്പുവരുത്തും മട്ടിൽ)

സ്ത്രീ : നിങ്ങൾ... നിങ്ങൾ ക്രിക്കറ്റുകളിക്കാരല്ലേ...

അവർ ഒന്നിച്ച് : (ആശ്ചര്യം) ങ്ഏ?

സ്ത്രീ : (അയാൾ പോയ വഴിയേ നോക്കിയിട്ട്) അയാൾ പറഞ്ഞത്...

നടി : അയാളോ? ആര്?

സ്ത്രീ : (അസഹ്യത) ശ്ശെ!

നടൻ 3 : ആരുടെ കാര്യാ മാഷ് പറയണേ?

സ്ത്രീ : അല്ലാ, അയാൾ പറഞ്ഞു. ഇതൊരു കളിക്കളം. (നിഷേധം) ശ്ശെ!

നടൻ 1 : ആര്? എന്തൊക്ക്യാ മാഷ് പറയണത്? കളിക്കളാ?

സ്ത്രീ : അയാള്. ഇല്ല, അയാളെ വിശ്വസിക്കാൻ പറ്റില്ല. ഞാൻ വിശ്വസിച്ചിട്ടും ഇല്ല. അയാൾ ആള് ശരിയല്ല. അയാളുടെ നോട്ടം ശരിയല്ല. (എല്ലാവരോടുമായി) എന്താ പ്രശ്നന്ന് വെച്ചാൽ അയാൾ ഒച്ച മാറ്റി എന്നെ പറ്റിക്കാൻ നോക്കി. അതെനിക്ക് പിടിച്ചില്ല.

അയാൾ പോയ വഴിയിലേക്ക് ഏന്തി നോക്കുന്നു. നടീനടന്മാരും നോക്കുന്നുണ്ട്. അവർ ആശയക്കുഴപ്പത്തിൽ.എന്താ കാര്യമെന്ന് ആംഗ്യഭാഷയിൽ പരസ്പരം ചോദിക്കുന്നുണ്ട്. സ്ത്രീ അത് കാണുന്നില്ല

നടൻ 2 : (അടുത്തുചെന്നിട്ട്) എന്താ മാഷേ സുഖല്ല്യേ?

നടൻ 1 : അതെങ്ങന്യാ ഇരുപത്തിനാല് മണിക്കൂറും നാടകം. നാടകംന്ന് പറഞ്ഞിട്ട് ഊണ്വൊറക്കും ഇല്ല്യാണ്ടായാ മനുഷ്യന്മാർക്ക് സുഖണ്ടാപ്പോ?

നടി : ഊണ്വൊറക്കും മാത്രാ! കുളീം.

(നടന്മാർ അമർത്തിയ ചിരി. നടി അവരെ രൂക്ഷമായി നോക്കി. ഹും,എന്ന് മുഖം വെട്ടിത്തിരിക്കുന്നു)

നടൻ 1 : ഇന്നലെ മാഷ് എത്രമണിക്കാ കെടന്നേ?

(സ്ത്രീ അയാളെ വെറുതെ നോക്കിനിൽക്കുന്നു. അയാൾ പറഞ്ഞത് കേട്ടിട്ടില്ല)

നടൻ 2 : തലവേദനയുണ്ടോ മാഷേ?

സ്ത്രീ : അത്... അതല്ല..എന്തോ ഒരു കൺഫ്യൂഷൻ.

നടൻ 3 : ഡ്രസ്സ് റിഹേഴ്സലിന്റന്ന് മാഷ്ക്ക് കൺഫ്യൂഷൻ പതിവാ.

സ്ത്രീ : ഏയ്, ഇതങ്ങനെയല്ല. എന്തോ കുഴപ്പമാണ്. ഒറ്റയടിക്ക് സത്യങ്ങളൊക്കെ മിഥ്യകളായിപ്പോയി.

നടൻ 2 : ദാർശനിക പ്രശ്നമാണോ?

നടൻ 3 : ഡ്രസ്സ് റിഹേഴ്സലിന്റന്ന് കൃത്യമായിട്ട് വന്നോളും ദാർശനിക പ്രശ്നം. നമുക്ക് വഴിയുണ്ടാക്കാം മാഷേ.

നടൻ 1 : എന്തിനാ വെറുതെ ടെൻഷനടിക്കണേ? നാടകം ഞങ്ങള് കലക്കും.

നടി : ഉവ്വുവ്വ്, കലക്കും... കലക്കും...

(അവർ എല്ലാവരും ചിരി. രംഗസജ്ജീകരണം ധൃതഗതിയിൽ)

നടൻ 2 : ആ സ്ക്രിപ്റ്റെവിട്യാ? സ്ക്രിപ്റ്റ്... സ്ക്രിപ്റ്റ്... (സ്ത്രീ പെട്ടെന്ന് അവന്റെ അടുത്തേക്ക് നീങ്ങി. ഭാവം മാറുന്നു. സന്തോഷം)

സ്ത്രീ : ഉണ്ണിക്കൃഷ്ണൻ എന്താ പറഞ്ഞേ? സ്ക്രിപ്റ്റ്?

(അവർ ധൃതിയിൽ തോൾ സഞ്ചി തിരയുന്നു, നടീനടന്മാരെയൊക്കെ മാറിമാറി നോക്കി ചിരിക്കുന്നു.)

ഇവിടെയുണ്ട്.

(സഞ്ചിയിൽ നിന്ന് നോട്ട്ബുക്ക് എടുക്കുന്നു. ധൃതിയിൽ മറിച്ച് നോക്കുന്നു. സന്തോഷം. അഭിമാനം.)

ഇവിടെയുണ്ട്. സ്ക്രിപ്റ്റ്... ഹൊ! ഇതാണ്. ഇത്രനേരം ഞാൻ... എനിക്ക് വയ്യ..

(സന്തോഷം. നടന്നുകൊണ്ട് സ്ക്രിപ്റ്റ് മറിച്ചുനോക്കുന്നു)

ശ്ശോ... (സ്വന്തം മണ്ടയ്ക്ക് കിഴുക്കുന്നു)

ഞാനെന്തൊരു.... (പേജ് മറിക്കുന്നു) അയാളുടെ വാക്ക് വിശ്വസിച്ചിട്ട്...

(പെട്ടെന്ന് മുന്നിലേക്ക് വന്ന് കാണികൾക്കിടയിലേക്ക് നോക്കി കൈ കൊട്ടി വിളിക്കുന്നു. ചലനങ്ങളെല്ലാം ചടുലവും ആഹ്ലാദവും നിറഞ്ഞതുമാണ്.)

ഏയ് നിങ്ങളോടാണ്?

അയാൾ : (അണിയറയിൽ) എന്നോടാണോ?

സ്ത്രീ : നിങ്ങളോട് തന്നെ. നിങ്ങളാണല്ലോ പ്രശ്നങ്ങളൊക്കെ ഉണ്ടാക്കിയത്. എന്നാലേയ്, നിങ്ങൾക്ക് തെറ്റി. ഇത് കളിക്കളമല്ല. റിഹേഴ്സൽ ക്യാമ്പാണ്. (സ്ക്രിപ്റ്റ് ഉയർത്തിക്കാട്ടുന്നു) നാടകം. ഞാനെഴുതി സംവിധാനം ചെയ്ത എന്റെ നാടകം.

(രംഗസജ്ജീകരണത്തിൽ മുഴുകിയിരിക്കുന്ന നടീനടന്മാരെ ചൂണ്ടി)

ഇവരൊക്കെ എന്റെ നടീനടന്മാരാണ്. ജീവിത വേഷം കെട്ടിയ നടീനടന്മാർ.

(ഉറച്ച ശബ്ദത്തിൽ)

നിങ്ങൾക്കാണ് തെറ്റിയത്. നിങ്ങൾ എന്റെ 'നാടക'ത്തിന്റെ കാണിയാണ്.

(തിരിഞ്ഞ് നടീനടന്മാരോട്)

നമുക്ക് കളി തുടങ്ങാം.

(ക്രിക്കറ്റിന്റെ ആരവം)

നടൻ 1 : കള്യാ?

സ്ത്രീ : കളി! പ്ളേ! നാടകം

നടീനടന്മാർ : ആ, കളി? പ്ളേ. നാടകം. (ആരവം ശക്തം.)

(കൈയുയർത്തിക്കൊണ്ട് രമേശൻ മുൻസ്റ്റേജിലേക്ക് വരുന്നു.)

രമേശൻ : ഞാൻ രമേശൻ. യു.ഡി ക്ലാർക്കാണ്. ഞങ്ങളൊക്കെ ഓരോരോ ജോലിക്കാരും പ്രാരബ്ധക്കാരുമാണ്. അതുകാരണം തന്നെ റിഹേഴ്സലൊന്നും ശര്യായിട്ടില്ല. ദാ, ഇവൻ ജോസ് കോശി. കച്ചോടക്കാരനാ. ചെറുകിട വ്യാപാരി. ഇത് ശിവൻകുട്ടി. ട്രഷറീലാ. ആളെ കൈയ്യീ കിട്ടാൻ വല്യ പാടാ.

(നടി മുന്നോട്ടു വന്ന് പരിചയപ്പെടുത്തുന്നു)

നടി : നാടകത്തിന്റെ കാര്യം പറഞ്ഞ് എന്റെ വിട്ടിൽ എന്നും തല്ലും വഴക്കാ. എന്നു വെച്ചിട്ട് എനിക്ക് എന്റെ കലാവാസന കുഴിച്ചുമൂടാൻ പറ്റ്വോ? ഇത് നല്ല കൂത്ത്.

സൂരജ്, നിമ്മി റാഫേൽ, മീതു, ആഷിക.

ഭൂമിരാക്ഷസം ഇംഗ്ലീഷിൽ ഭൂമി എന്ന പേരിൽ
ആദിശക്തി അവതരിപ്പിച്ചപ്പോൾ. സംവിധാനം: വിനയൻ

നടൻ 2 : അതങ്ങന്ന്യേ വരൂ ദിവ്യേ. ന്റെ ഭാര്യയ്ക്ക് എന്നും സംശയരോഗാ. ഇന്നെ ഒരു വശത്തേക്ക് തിരിയാൻ വിടില്ല ഓള്. എനിക്കാണെന്ന് വെച്ചാലോ നാടകത്തിന്റ്യല്ലാണ്ട് വേറെ ഒരു കമ്പോം ഇല്ല്യ. ന്ന്ട്ടും ഞാൻ വേണ്ടാതീനത്തിന് പൂവാന്നാ ഓള് പറയണേ. കലാവാസന ഒരു ശാപാ കുട്ട്യേ...

സ്ത്രീ : മതി മതി... തുടങ്ങാം. ഇന്ന് വളരെ വൈകി. ആകെ നാലഞ്ച് മണിക്കൂർ കിട്ടണതാ. അതിന്റേടേലാ... സകല കൺഫ്യൂഷനും.

നടൻ 3 : (ക്ഷമാപണത്തോടെ) മാഷേ...

സ്ത്രീ : എന്താ...

നടൻ 3 : മേക്കപ്പ് കഴിയാത്ത കാരണം ആന്റപ്പേട്ടനും റോസിലീം ചന്ദ്രനും പറഞ്ഞു...

സ്ത്രീ : എന്തു പറഞ്ഞു?

നടൻ 3 : അവരേം പരിചയപ്പെടുത്തണംന്ന്...

സ്ത്രീ : ന്നാ പിന്നെ നേരം വെളുക്കുന്നതുവരെ നിന്ന് പരിചയപ്പെടുത്ത്.

നടൻ 3 : പാവല്ല്യേ മാഷേ... (മുന്നോട്ട് വന്ന് കാണികളോട്) ഒര് സെക്കന്റ്... ഒരേ ഒരു സെക്കന്റ്...

(ചതുരവടിവിൽ കനപ്പിച്ച ഒച്ചയിൽ)

സ്നേഹമുള്ളവരേ...

(സ്ത്രീ തലയ്ക്കടിക്കുന്നു)

മേക്കപ്പ് കഴിയാത്തതിനാൽ പരിചയപ്പെടുത്താൻ നിവൃത്തിയില്ലാത്ത മൂന്നു പേർ കൂടി ഈ നാടകത്തിൽ അഭിനയിക്കുന്നു. ആന്റപ്പൻ, റോസിലി, ചന്ദ്രൻ.

സ്ത്രീ : ഔട്ട്

വെളിച്ചം മാറുന്നു.

(എല്ലാവരും പോയി. സ്പോട്ട് ലൈറ്റിൽ അരങ്ങത്ത് സ്ത്രീ ഒറ്റയ്ക്ക്)

സ്ത്രീ : എല്ലാവർക്കും അവരവരുടെ പ്രശ്നങ്ങൾ. രണ്ടും നാലും വയസ്സുള്ള കുഞ്ഞുങ്ങളെ ഭർത്താവിന്റെ അമ്മയെ ഏല്പിച്ചിട്ടാ ഞാനും നാടകറിഹേഴ്സലിനെത്തുന്നത്. അവരത്ര നല്ല

സുഖത്തിലൊന്നുമല്ല എന്നോട്.
ജീവിതം. കുളമ്പടിയിലെ മണ്ണ്.
എനിക്കത് പോരാ.
എനിക്ക് കൈ നീട്ടണം.
കുറേക്കൂടി അപ്പുറത്തേക്ക് കാലെടുത്ത് വെക്കണം.
എന്റെ വാക്കുകൾ...
എന്റെ നോട്ടങ്ങൾ...
ഹൊ... എനിക്ക് രണ്ട് ചിറകുകൾ വേണം.

(അവർ ഒരു പറവ. ചിരി, പെട്ടെന്ന് നിർത്തിയിട്ട് വിഷാദസ്വരത്തിൽ)

നാടകം. ഞാനെപ്പോഴും ഒരേ കൺഫ്യൂഷനിലാണ്. എന്താണ് ഞാൻ പറയാൻ ശ്രമിക്കുന്നത്. അല്ലെങ്കിൽ എന്തിനാണ് ഞാൻ എന്തെങ്കിലും പറയുന്നത്.
പറയണം.
നെഞ്ചിനുള്ളിൽ എപ്പോഴും ഒരേ വിങ്ങലാണ്.
അതാവിഷ്കരിക്കണം.
അതാണ് ആവിഷ്കരിക്കാനുള്ളത്.
എങ്ങനെ?
എങ്ങനെയാണ് ഞാനത് എക്സ്പ്രസ്സ് ചെയ്യുക?
എങ്ങനെയാണ് ഞാൻ എന്നെത്തന്നെ ആവിഷ്ക്കരിക്കുക?

(അണിയറയിൽ നിന്ന് അക്ഷമയോടെ വിളിച്ച് ചോദിക്കുന്നു.)

അണിയറയിൽനിന്ന് : തൊടങ്ങ്വല്ലേ മാഷേ?

(സ്ത്രീ സ്വപ്നത്തിൽ നിന്നെന്ന പോലെ ഉണരുന്നു)

സ്ത്രീ : ങ്ഹാ? തൊടങ്ങാം.

(വെളിച്ചം മങ്ങി)

അരങ്ങ് രണ്ട്

ശുക്രാചാര്യന്റെ ആശ്രമം. ആശ്രമകവാടത്തിൽ പൂത്തുനിൽക്കുന്ന ഒരു പ്ലാശ്. ചുവന്ന പൂക്കൾ തൂങ്ങിക്കിടക്കുന്നു. മരത്തിന് ചുറ്റും തറയുണ്ട്. അലങ്കരിച്ച മൺകുടങ്ങൾ തറയോട് ചേർന്ന്. കിളികളുടെ ശബ്ദം കേൾക്കാം. പ്രത്യേകിച്ചും വസന്തത്തെ സൂചിപ്പിച്ചുകൊണ്ട് കുയിൽ കൂവുന്ന ശബ്ദം. ഒഴുകുന്ന വെള്ളത്തിന്റെ ശബ്ദം അരുവിയെ സൂചിപ്പിക്കുന്നു.

ആശ്രമത്തിനകത്തുനിന്ന് മുറ്റത്തേക്കിറങ്ങി വരുന്ന ശുക്രാചാര്യൻ. ഒറ്റക്കണ്ണ്, ഊശാന്താടി, അഴിച്ചു പറിച്ചിട്ട തലമുടി. തോളത്ത് ഭാണ്ഡം. നെറ്റിയിൽ വളരെ വലിയ കുങ്കുമപ്പൊട്ട്. ആചാര്യന് അകമ്പടിയായി രണ്ട് ശിഷ്യരും. ശുക്രൻ മരത്തിന്റെ തണലിൽ ഇരുന്നു. ഭാണ്ഡം അഴിച്ചു കെട്ടുന്നു. ശിഷ്യന്മാർ ഭവ്യതയോടെ നിൽക്കുന്നു.

ശുക്രാചാര്യൻ : പുഴയിൽ വെള്ളം പൊങ്ങിയിട്ടുണ്ടോ എന്ന് നോക്കൂ...

(ശിഷ്യന്മാർ ഒരു വശത്തേക്ക് നടന്ന് ഏന്തി നോക്കുന്നതായി നടിക്കുന്നു)

ശുക്രാചാര്യൻ : നാലടി അപ്പുറത്തേക്ക് നടന്നിട്ട് നോക്കിക്കൂടേ..?

(ശിഷ്യന്മാർ പേടിച്ച് ഓടിപ്പോകുന്നു)

ശുക്രാചാര്യൻ : മൂക്കുമുട്ടെ തിന്നും. ഒരു വക പഠിക്കില്ല. മേലനങ്ങാനോ കുഴിമടി. ഈ വക ശിഷ്യഗണം. വിചിത്രം തന്നെ.

(അകത്തേക്ക് നോക്കി വിളിക്കുന്നു)

അരജേ..!

ആശ്രമത്തിനകത്ത് നിന്ന് ശുക്രാചാര്യന്റെ മകൾ അരജ കടന്നു വരുന്നു. അവൾ ഒരു വസന്തനർത്തകിയെ പോലെ ദേഹം പൂക്കൾകൊണ്ട് അലങ്കരിച്ചിരിക്കുന്നു. കഴുത്തിൽ ഒരു പൂമാല. മുടിയിലും ചാർത്തിയിട്ടുണ്ട് പൂക്കൾ.

ശുക്രാചാര്യർ കോപത്തോടെ അവളെ നോക്കുന്നു.

ശുക്രാചാര്യൻ : (ദേഷ്യത്തിൽ) എന്താ ഇത്? നീയെന്തിനാ ഇങ്ങനെ വേഷം കെട്ടീട്ടുള്ളത്?

(അരജ പരുങ്ങുന്നു. അവൾ പേടിയോടെ കഴുത്തിലിട്ട പൂമാല ഊരിയെടുത്തു.)

ശുക്രാചാര്യൻ : ചോദിച്ചത് കേട്ടില്ലേ?

അരജ : അച്ഛാ...അത്... വസന്തനൃത്തത്തിന്...

ശുക്രാചാര്യൻ : (പൊട്ടിത്തെറിച്ച്) വസന്തനൃത്തമോ? ശുക്രാചാര്യന്റെ മകൾ വസന്തനൃത്തത്തിന് പോകാൻ വേഷം കെട്ടി ഇറങ്ങിയിരിക്കുന്നോ?

(അരജയുടെ മുഖം കുനിഞ്ഞു)

ശുക്രാചാര്യൻ : ആശ്രമത്തിന്റെ അതിർത്തിവിട്ട് ഒരടി മുന്നോട്ട് വെച്ചാൽ മുട്ടുകാൽ തല്ലിയൊടിക്കും ഞാൻ, ങ്ആ. വസന്തനൃത്തം! മുൻപില്ലാത്ത ഓരോരോ കോപ്രായങ്ങള്.

(അരജ പേടിച്ച് പൂമാല താഴത്തിട്ടു. മുടിയിൽച്ചൂടിയ പൂക്കളും പറിച്ചെറിഞ്ഞു)

ശുക്രാചാര്യൻ : സന്ധ്യയ്ക്ക് മുമ്പ് ഞാൻ തിരിച്ചെത്തും. ഭക്ഷണം ഉണ്ടാക്കി വെച്ചോളണം. മനസ്സിലായോ?

(ശിഷ്യന്മാർ ഓടിവരുന്നു)

ശിഷ്യൻ : വെള്ളം ഇറങ്ങിയിട്ടുണ്ട് സ്വാമി.

ശുക്രാചാര്യൻ : വെള്ളം പൊങ്ങിയിട്ടുണ്ടോ എന്ന് നോക്കാനല്ലേ പറഞ്ഞത്?

(ശിഷ്യന്മാർ പേടിച്ചു)

ശിഷ്യൻ 1 : അത് പൊങ്ങി. അല്ല പിന്നെ ഇറങ്ങി... (ശിഷ്യൻ 2നോട്) അങ്ങനെയല്ലേ...?

ശുക്രാചാര്യൻ : പൊങ്ങിയിട്ടുണ്ടോ എന്ന് നോക്കാൻ പറഞ്ഞാൽ അത് നോക്കിയാൽ മതി. "പൊങ്ങിയിട്ടുണ്ട്, പൊങ്ങിയിട്ടില്ല" മനസ്സിലായോ?

ശിഷ്യന്മാർ : (തലയാട്ടുന്നു) മനസ്സിലായി.

ശുക്രാചാര്യൻ : ശരി, വെള്ളം ഇപ്പോൾ എവിടെ വരെയുണ്ട്?

ശിഷ്യൻ 2 : (ആദ്യം മുട്ടുവരെ എന്ന് ആംഗ്യം കാട്ടി. പിന്നെ സംശയിച്ച് അര വരെയാക്കി.) ഇവിടെ വരെ.

ശുക്രാചാര്യൻ : ഇറങ്ങിനോക്കിയോ?

ശിഷ്യൻ : ഇല്ല.

ശുക്രാചാര്യൻ : (കോപം) പിന്നെങ്ങനെ മനസ്സിലായി?

ശിഷ്യൻ 1 : വേ... വേങ്ങ... വേങ്ങമരത്തിന്റെ വേര് കാണാം സ്വാമി.

ശുക്രാചാര്യൻ : ശരി നടക്ക്...

(ശിഷ്യൻ 1 താഴെ വീണുകിടക്കുന്ന പൂമാല എടുക്കുന്നു. അരജയുടെ നേരെ നീട്ടുന്നു. അവൾ പേടിച്ചിട്ട് വാങ്ങുന്നില്ല.)

ശുക്രാചാര്യൻ : എന്താണത്?

ശിഷ്യൻ : അരജയ്ക്ക് വസന്തനൃത്തത്തിന് ഞാൻ കോർത്തു കൊടുത്തതാണ്.

ശുക്രാചാര്യൻ : മിണ്ടരുത്. വസന്തനൃത്തം! എവിടുന്നുണ്ടായി ഇത്? ആരുണ്ടാക്കി ഇത്? മുമ്പൊന്നും ഇവിടെ വസന്തം വന്നിട്ടില്ലേ. കാട് പൂത്തിട്ടില്ലേ... ഇപ്പെന്താ ഒര് പരിഷ്കാരം?

ശിഷ്യൻ 2 : മധുമന്തത്തിൽ വസന്തോത്സവം കൊണ്ടാടുകയാണ് സ്വാമീ. ദണ്ഡകമഹാരാജാവിന്റെ കല്പനയാണ്.

ശുക്രാചാര്യൻ : ദണ്ഡകനോ? ആങ്ഹ. കാട്ടിൽ കടന്നുവന്ന് കാട് കൂട്ടിച്ചോറാക്കാൻ നോക്കുന്ന ആ ദണ്ഡകനെ ഞാനൊന്ന് ശരിക്ക് പഠിപ്പിക്കുന്നുണ്ട്. ഇല്ലെങ്കിൽ അയാളുടെ ഗുരുവായിരിക്കുന്നത് വെറുതെയാവും.

കോപാക്രാന്തനായി പോകുന്നു. ശിഷ്യൻ 2 പിന്നാലെ പോകുന്നു. പൂമാലയും നീട്ടിപ്പിടിച്ച് നിൽക്കുന്ന ശിഷ്യൻ 1 ഒരു നിമിഷം എന്തുചെയ്യണമെന്നറിയാതെ പരിഭ്രമിച്ചു മഹർഷി പോയ വഴിയിലേക്കും അരജയുടെ മുഖത്തേക്കും മാറിമാറി നോക്കി. പോകാൻ തിടുക്കമുണ്ടെങ്കിലും പൂമാല അരജയുടെ കൈയ്യിൽ കൊടുക്കണമെന്നുണ്ട്. അണിയറയിൽ നിന്ന് ഗുരുവിന്റെ ഗർജ്ജനം.

''മാണവാ''

(ശിഷ്യൻ പെട്ടെന്ന് പൂമാല താഴെയിട്ട് ഓടിപ്പോകുന്നു. അയാൾ വിളിച്ചു പറയുന്നു.)

ശിഷ്യൻ : തോണി വിടല്ലേ സ്വാമീ... ഞാനും വരുന്നു...

(അരങ്ങിൽ അരജ ഒറ്റയ്ക്കായി. അണിയറയിൽ നിന്ന് കുയിലിന്റെ കൂവൽ.)

എം.ജി. ശൈലജ - നാടകസൗഹൃദം -
സംവിധാനം എം.ജി. ശശി & അഡ്വ. എം. വിനോദ്

അരജ : (ദുഃഖത്തോടെ) ഇതിനുമുമ്പും ഇവിടെ കാട് പൂത്തിട്ടുണ്ട്.

(അവൾ കുനിഞ്ഞ് പൂമാല കയ്യിലെടുത്തു. മണപ്പിച്ചു. നീട്ടിപ്പിടിച്ചു. താളാത്മക ചലനങ്ങൾ)

എന്നാൽ വസന്തനൃത്തം ഇതാദ്യമായിട്ടാണ്.

(അണിയറയിൽ വാദ്യഘോഷങ്ങൾ, അവൾ കേൾക്കുന്നു. ആകാംക്ഷാഭരിതയാകുന്നു. നിരാശ)

പക്ഷേ അച്ഛന്റെ അനുവാദമില്ലാതെ ഞാനെങ്ങനെ പോകും?

(പൂമാല മരക്കൊമ്പിൽ തൂക്കിയിട്ടു)

അല്ലെങ്കിൽ ഇതിലൊക്കെ എന്താ തെറ്റ്. എനിക്കറിഞ്ഞുകൂടാ.

(അണിയറയിൽ നിന്ന് ഒരു സ്ത്രീശബ്ദം)

അരജേ.... (അരജ വിളികേട്ടു. എങ്കിലും വിഷമത്തോടെ)

വിളിച്ചോട്ടെ... ഞാൻ പോകുന്നില്ല.

(അവൾ പ്ലാശുമരത്തിന്റെ ചോട്ടിൽ നിന്ന് രണ്ടു കുടങ്ങൾ. ഒന്ന് കയ്യിലും ഒന്ന് ഒക്കിലും എടുത്തു)

നടനും നടിയും പ്രവേശിക്കുന്നു. അവർ പുഷ്പാലംകൃതരാണ്. അരജയെ കണ്ട് അദ്ഭുതത്തോടെ.

നടി : ആ ആ നീയിതുവരെ ഒരുങ്ങിയില്ലേ...?

അരജ : (വിഷാദം) ഞാൻ വരുന്നില്ല.

നടൻ : വസന്തനർത്തകർ എത്തിക്കഴിഞ്ഞു. കേട്ടില്ലേ കൊട്ടും കുഴലും വാ... വാ...

അരജ : ഞാനില്ല. (കുടവുമായി നടന്ന്) എനിക്കൊരുപാട് ജോലികളുണ്ട്. അച്ഛനും ശിഷ്യന്മാരും തിരിച്ചെത്തും മുമ്പ് ആശ്രമം വൃത്തിയാക്കണം. ചാണകം മെഴുകണം. മരങ്ങൾക്ക് നനയ്ക്കണം. ഭക്ഷണം തയ്യാറാക്കണം. നിങ്ങൾ പോയിട്ട് വന്നിട്ട് അവിടെ നടന്നതൊക്കെ എന്നെ പറഞ്ഞു കേൾപ്പിച്ചാൽ മതി.

(നടക്കുന്നു. നടി അവളെ പിടിച്ചു നിർത്തുന്നു.)

നടി : നിൽക്ക് അരജേ... പറയുന്നത് കേൾക്ക്. നമുക്ക് വേഗം തിരിച്ചെത്താം. വന്നിട്ട് മൂന്നാൾക്കും

കൂടി വേഗത്തിൽ ഭക്ഷണം കാലമാക്കാം. (നടനോട്) അല്ലേ?

നടൻ : അതെ, നിങ്ങൾ ഭക്ഷണമുണ്ടാക്കുമ്പോഴേക്കും ഞാൻ ഇവിടം മുഴുവനും വൃത്തിയാക്കാം.

അരജ : വേണ്ട. വെറുതെ നിങ്ങളും കൂടി അച്ഛന്റെ കോപത്തിന് ഇരയാകണ്ട.

നടി : നീയില്ലെങ്കിൽ ഒരു രസവും ഉണ്ടാവില്ല.

നടൻ : നീയല്ലേ പറഞ്ഞത് നീലക്കുറിഞ്ഞികൾ പൂത്തത് കാണണമെന്ന്. വാ, അരജേ...

നടി : വാ അരജേ...

വസന്തനർത്തകരുടെ പാട്ട് അടുത്തെത്തുന്നു. താളവാദ്യങ്ങളോടെ നൃത്തം ചെയ്തുകൊണ്ട് അവർ അരങ്ങിലെത്തുന്നു.

വസന്തനർത്തകർ : ഇതുപോലൊരു പൂക്കാലം കണ്ടിട്ടില്ലിന്നോളം.
ഇതുപോലൊരു വസന്തകാലം വന്നിട്ടില്ലിന്നോളം.

(നടിയും നടനും അവരോട് ചേരുന്നു. അരജ നോക്കി നിൽക്കുന്നതേയുള്ളൂ.)

വസന്തനർത്തകർ : മലമുകളിൽ കടുംനീലത്തിരമാലകളിളകുന്നു.
തൂമഞ്ഞ വിതാനിച്ച് പൂക്കൊന്നകളാടുന്നു.
പ്ലാശു മരച്ചോടുകളിൽ ചെമ്പട്ടുകൾ നിവരുന്നു.
മധു നുണഞ്ഞ് മദാലസരായി പ്രണയിനികൾ പാടുന്നു.
മദനോത്സവമായി നീളെ പ്രിയ തോഴീ പോരൂ... നീ...

പാട്ടിനും നൃത്തത്തിനും ഇടയ്ക്ക് അരജ അവളറിയാതെ താളം ചവിട്ടിത്തുടങ്ങുന്നു. നൃത്തത്തിനിടയ്ക്ക് ഒരു സുന്ദരപുരുഷന്റെ കണ്ണുകളോട് അവളുടെ കണ്ണുകളിടയുന്നു. നൃത്തം ഹരം പിടിക്കുന്നതോടെ കുടങ്ങൾ താഴെ വെച്ച് അവളും സംഘത്തിൽ ചേരുന്നു. സുന്ദരപുരുഷൻ മരക്കൊമ്പിൽനിന്ന് പൂമാലയെടുത്ത് അവളുടെ കഴുത്തിലിട്ടു കൊടുക്കുന്നു. കൊട്ടും പാട്ടും മുറുകുന്നു. അവർ നൃത്തം ചെയ്തുകൊണ്ട് രംഗത്തുനിന്നും പോകുന്നു.

വെളിച്ചം മങ്ങുന്നു...

അരങ്ങ് മൂന്ന്

ശുക്രാചാര്യന്റെ ആശ്രമം. വിയർത്തൊലിച്ച് ഓടിവരുന്ന അരജ. വന്ന പാടെ അവൾ കഴുത്തിലെ പൂമാല ഊരി മരക്കൊമ്പിൽ തൂക്കിയിട്ടു. മുടിയിൽ ചൂടിയ പൂക്കളും എടുത്തു കളഞ്ഞു. അപ്പോഴൊക്കെ മുഖത്ത് സന്തോഷമുണ്ട്.

'ഇതുപോലൊരു പൂക്കാലം' മൂളുന്നുണ്ട്. കുടമെടുത്ത് ആറ്റിലേക്ക് നടക്കുന്നു.

അരജ : ഇത്ര സന്തോഷം എന്റെ ജീവിതത്തിൽ ഇതേവരെ ഉണ്ടായിട്ടില്ല. ഞാനാകെ ആടിയുലഞ്ഞു. ആ വസന്തനർത്തകർ.. അവർ എന്നെ എത്രയാണ് പുകഴ്ത്തിയത്.

(കുടത്തിൽ വെള്ളം മുക്കിയെടുക്കുന്നു.)

എനിക്കിപ്പോൾ എന്നെപ്പറ്റി ആത്മവിശ്വാസം തോന്നുന്നു. ശുക്രമഹർഷിക്ക് വെച്ചും വിളമ്പിയും പാത്രം കഴുകിയും ഈ ആശ്രമത്തിൽ കൂട്ടിലിട്ട കിളിയെപ്പോലെ കഴിയുകയായിരുന്നു ഞാൻ. എത്ര കാലം... എത്ര കാലം... എനിക്ക് ഞാൻ ആരാണെന്നുതന്നെ അറിയുന്നുണ്ടായിരുന്നില്ല. എന്നെപ്പറ്റി ഒരു മതിപ്പും ഉണ്ടായിരുന്നില്ല.

പിൻസ്റ്റേജിൽ പാത്തും പതുങ്ങിയും പ്രത്യക്ഷപ്പെടുന്ന ദണ്ഡകൻ. അയാൾ അരജയെ കാണുന്നു. കുറ്റിക്കാട്ടിൽ മറഞ്ഞുനിൽക്കുന്നു. അവളെ ശ്രദ്ധിക്കുന്നു. എത്തിനോക്കുന്നു. മറഞ്ഞുനിൽക്കുന്നു.

അരജ : ഞാനാരാണെന്ന്

(അവൾ തന്റെ ഉടലാകെയും മനസ്സും തിരിച്ചറിയുന്നവളെപ്പോലെ. അംഗപ്രത്യംഗം സ്വയമറിയുന്ന സ്ത്രീ ശരീരഭാഷയിലൂടെ)

ഇപ്പോഴെനിക്കറിയാം.

ജയചന്ദ്രൻ - ഭൂമിരാക്ഷസം അവതരണം : നാടകസൗഹൃദം
സംവിധാനം: എം.ജി. ശശി & അഡ്വ. എം. വിനോദ്

(പെട്ടെന്ന് ഭയപ്പെടുത്തുന്നതെന്തോ ഓർമ്മവന്ന് നടുങ്ങി.)

അയ്യോ... അച്ഛനും ശിഷ്യന്മാരും എത്താറായി. ആശ്രമം അടിച്ചുവാരിയിട്ടില്ല! ഭക്ഷണം പാകം ചെയ്തിട്ടില്ല. അച്ഛൻ ഇന്നെന്നെ കൊല്ലും.

(കുടവുമെടുത്ത് വേഗം നടന്ന് ആശ്രമത്തിനകത്തേക്ക് കയറിപ്പോകുന്നു.)

ദണ്ഡകൻ കുറ്റിക്കാടിന്റെ മറയിൽനിന്ന് പുറത്തേക്ക് വന്നു. അയാളുടെ ചോടുവെയ്പ്പുകൾ താളാത്മകം. മേലാകെ ഉലച്ചും കയ്യിലെ ആയുധങ്ങളുടെ പ്രഭാവം കാട്ടിയുമാണ് പ്രവേശം. ആകെ സ്വർണ്ണാഭരണവിഭൂഷിതനാണയാൾ. ഒരു സുന്ദരവിഡ്ഢി. ആശ്രമത്തിലേക്കെത്തിനോക്കിയിട്ട്

ദണ്ഡകൻ : ആരാണീ സുന്ദരി
ആരീ മനോഹരി? (2)
മിന്നൽപോലുടലോടെ
മേഘംപോൽ മുടിയോടെ
ആരാണീ സുന്ദരി..(2)
വസന്തനർത്തകർക്കിടയിൽ ഇവളെക്കണ്ട്
മോഹിച്ച് പിന്തുടർന്നെത്തിയതാണ് ഞാൻ.

ആശ്രമത്തിനകത്തേക്ക് പാളിനോക്കുന്നു. അരജ പുറത്തേക്ക് വന്നതു കണ്ട് പ്ലാശുമരത്തെ മറഞ്ഞുനിൽക്കുന്നു. കയ്യിൽ ഒരു ചൂലുമായി അവൾ രംഗത്ത് വരുന്നു. അവൾ ആശ്രമമുറ്റം അടിച്ചുവാരുകയാണ്. പ്ലാശുമരത്തിന്റെ ചോട്ടിലെത്തി ആശ്ചര്യത്തോടെ നോക്കുന്നു.

അരജ : വസന്തനർത്തകർ പാടിയതുപോലെ തന്നെ. ചെമ്പട്ട്വിതാനം! ഇതെങ്ങനെ അടിച്ചു വാരിക്കളയും?

(പ്ലാശുമരത്തെ ചാഞ്ഞും ചെരിഞ്ഞും നോക്കുന്നു. അതനുസരിച്ച് ദണ്ഡകനും ചായുന്നു. ചെരിയുന്നു)

ഹാ, ആളുന്ന തീപോലെയല്ലേ ഈ പ്ലാശു പൂത്തു നിൽക്കുന്നത്?

(അവൾ മരക്കൊമ്പ് കുലുക്കുന്നു. പൂക്കൾ വീഴുന്നു. ദണ്ഡകന് രോമാഞ്ചം. അരജ പൂമാല കെട്ടുന്നു.)

ദണ്ഡകൻ : (ശൃംഗാരം)
ചുവന്ന ചന്ദ്രക്കലപോൽ വളഞ്ഞും
വിളങ്ങി പൂമൊട്ടുടനെ പിലാശിൽ
വനാന്തലക്ഷ്മിക്ക് നഖക്ഷതങ്ങൾ
വസന്തയോഗത്തിലുദിച്ചപോലെ.

(ശൃംഗാരം, ആസക്തി. ചാഞ്ഞും ചെരിഞ്ഞും അവളെ നോക്കുന്നുണ്ട്)

അരജ : (മാല കോർക്കുന്നത് നിർത്തി) ആരെങ്കിലും ഇപ്പോൾ പാടിയോ? ഞാൻ ഒരു പാട്ട് കേട്ടതു പോലെ തോന്നി.

(അവൾ ചുറ്റി നടന്നുനോക്കുന്നു. ഒന്നും കാണുന്നില്ല. ദണ്ഡകൻ അതിന നുസരിച്ച് മറഞ്ഞു നിൽക്കുന്നു.)

അരജ : (ലജ്ജയോടെ) കാറ്റാണ്. 'വസന്തകാലത്തെ വികൃതിക്കാറ്റ്' ഞാൻ വിചാരിച്ചു. (ലജ്ജ) അയാളാവും എന്ന്. വസന്തനർത്തകരുടെ കൂട്ടത്തിൽ കണ്ട ആ സുന്ദരദാനവൻ. (നാണവും, ചിരിയും)

ദണ്ഡകൻ കോപിഷ്ഠനായി വാളൂരുന്നു.

അരജ : (കൂടുതൽ നാണത്തോടെ) അവനാണ് എന്നെ ഏറ്റവും കൂടുതൽ പുകഴ്ത്തിയത്. ആ ദാനവ യുവാവ്.

(അണിയറയിൽ ദാനവ യുവാവിന്റെ പാട്ട്, അരജ അതിന്റെ ആംഗികം ആടുന്നു.)

തളിരുപോലധരം മനോഹരം
ലളിതശാഖികൾപോലെ ഭുജദ്വയം
കിളിമൊഴിക്കു തനൗ കുസുമോപമം
മിളിതമുജ്ജ്വലമാം നവയൗവനം

അരജ : ഇലഞ്ഞിപ്പൂവിന്റെ മണമാണവന്. തീർച്ച!

(ദണ്ഡകന് സഹിക്കുന്നില്ല. ഊരിപ്പിടിച്ച വാളുമായി അയാൾ ചാടിവീണു.)

ദണ്ഡകൻ : ദുഷ്ടദാനവാ...

അരജ : (പ്രതീക്ഷയോടെ) ആരാ ഇവിടെ?

ദണ്ഡകൻ വാൾ ഉറയിലിട്ട്, ശൃംഗാരഭാവത്തോടെ അവളെ സമീപിക്കുന്നു. അരജ നടുങ്ങി പിന്മാറുന്നു

അരജ : ആരാ നിങ്ങൾ? എന്താ ഇവിടെ?

ദണ്ഡകൻ : (അവളുടെ ചോദ്യം അവഗണിച്ച്) ആരാണ് നീ സുന്ദരി? വനദേവതമാരിലൊരാളോ? ഭുവി വന്നുപതിച്ച നിലാവോ? ആരാണ് നീ സുന്ദരി?

അരജ : (പേടിയോടെ) ഞാൻ...ഞാൻ..

ദണ്ഡകൻ : പേടിക്കണ്ട... നീ ആരായാലും എനിക്ക് നിന്നെ ഇഷ്ടമായി.

അരജ : ആരാ നിങ്ങൾ?

ദണ്ഡകൻ : എന്ത്? എന്നെ അറിയില്ലെന്നോ? വിന്ധ്യന്റെ താഴ്‌വാരം മുതൽ ഹിമാലയ സാനുക്കൾ വരെ പരന്ന് വിസ്തൃതമായിക്കിടക്കുന്ന ദേശത്തിന്റെ രാജാവാണ് ഞാൻ. മനുവിന്റെ കുലത്തിൽ പിറന്നവൻ. ഇക്ഷ്വാകുവിന്റെ മകൻ ദണ്ഡകൻ. ദണ്ഡകമഹാരാജാവ്.

അരജ : (പരിഹാസം) ഓഹോ? താങ്കളാണോ ആ ദണ്ഡക മഹാരാജാവ്? കേട്ടിട്ടുണ്ട്, കേട്ടിട്ടുണ്ട്, ധാരാളം കേട്ടിട്ടുണ്ട്.

ദണ്ഡകൻ : (ഉത്സാഹം) കേട്ടിട്ടുണ്ടോ? എന്ത് കേട്ടിട്ടുണ്ട്? ആര് പറഞ്ഞ് കേട്ടിട്ടുണ്ട്?

അരജ : വിദ്യാധരന്മാരും, ദാനവരും പറഞ്ഞുകേട്ടിട്ടുണ്ട്.

ദണ്ഡകൻ : ദാനവരോ? ഛായ്, ആ കള്ളരാക്ഷസരോ? അവർ പറയുന്നത് വിശ്വസിക്കരുത്. എന്നെ പ്പറ്റി ദുഷ്പ്രചാരണം നടത്തുകയാണ് അവ രുടെ തൊഴിൽ. അത് പോട്ടെ, (പ്രസന്നമായി) നീയെന്താണ് ഇവിടെയിങ്ങനെ ആടിപ്പാടി നടക്കുന്നത്? വിളഞ്ഞു പഴുത്ത മാങ്ങ പോലെ കൊതിപ്പിക്കുന്ന നീയെങ്ങനെ ഇതുവരെ എന്റെ കണ്ണിൽപ്പെടാതെ പോയി? നീയേതാ? ആരുടെ മോളാ?

അരജ : (വെറുപ്പ്) രാജാവേ, അതിരുകടന്ന സംസാരം നിർത്തുക.

ദണ്ഡകൻ : (ചിരി) അതിരുകൾ നിശ്ചയിക്കുന്നത് ഞങ്ങൾ രാജാക്കന്മാരല്ലേ, നോക്കൂ,

(അയാൾ അവർക്കിടയിൽ ഒരു വര വരയ്ക്കുന്നു. ആ വരയിലേക്ക് നോക്കി ആസ്വദിക്കുന്നു.)

ദണ്ഡകൻ : ഞാനിതാ അതിർത്തി ലംഘിക്കാൻ പോവുക യാണ്.

(വര കവച്ചുകടന്നു. അവൾ പേടിച്ച് പിന്മാറുന്നു.)

അരജ : രാജാവേ, രാക്ഷസഗുരുവായ ശുക്രാചാര്യന്റെ മകൾ അരജയാണ് ഞാൻ. നിങ്ങൾക്ക് ഗുരു പുത്രി!

നിമ്മി റാഫേൽ, വിനയകുമാർ.
ഭൂമിരാക്ഷസം ഇംഗ്ലീഷിൽ ഭൂമി എന്ന പേരിൽ
ആദിശക്തി അവതരിപ്പിച്ചപ്പോൾ. സംവിധാനം: വിനയൻ

ദണ്ഡകൻ : (ചിരി) എനിക്കങ്ങനെയൊന്നുമില്ല, അസുരഗുരുവിനോട്,

(അയാൾ കൈനീട്ടി അരജയെ പിടിക്കാനോങ്ങുന്നു. അവൾ പിന്നോക്കം തെന്നിമാറുന്നു.)

കാര്യം പറഞ്ഞാൽ മനസ്സിലാകാതിരിക്കുമോ?

അരജ : രാജാവേ, വേണ്ടാ, കളി കൂടുന്നു.

ദണ്ഡകൻ : ഇതാണെന്റെ വിനോദം. മൃഗയാ വിനോദം. നേരമ്പോക്ക്.

(അരജയെ പിടിച്ചു എന്നായി. അവൾ കുടഞ്ഞുമാറി)

ദണ്ഡകൻ : (കുപിതനായി) വഴുതിപ്പോകുന്നോ പുഴമീനേ.

അരജ : ഇത് നിങ്ങളുടെ നാശത്തിനാണ്.

ദണ്ഡകൻ : ഇതിന്റെ ശിക്ഷ മരണമാണെങ്കിൽ പോലും എനിക്ക് വിരോധമില്ല

ദണ്ഡകൻ അരജയെ പിടിക്കാൻ ശ്രമിക്കുന്നു. ശൈലീകൃതമായ ആംഗിക ഭാഷയിലൂടെ ആ വേട്ടയാടൽ ചിത്രീകരിക്കാവുന്നതാണ്. താളവാദ്യങ്ങളുടെ ഉപയോഗ്രക്രമവും സന്ദർഭത്തിന് ഉചിതമായി ഗൗരവ സ്വഭാവമണയ്ക്കാം. ഒടുവിൽ ദണ്ഡകൻ അരജയെ പിടിച്ചു നിർത്തുന്നു. കൈകൾ രണ്ടും പിന്നാക്കമായി പിടിച്ചുനിർത്തിയ അവസ്ഥയിൽ അരജയ്ക്ക് പ്രതിരോധം അസാധ്യമാവുന്നു. ദണ്ഡകൻ അതാസ്വദിക്കുന്നുണ്ട്. അരജ കുതറുന്നു.

അരജ : ദ്രോഹീ, എന്റെ അച്ഛനോട് ആവശ്യപ്പെട്ട് എന്നെ വിവാഹം കഴിച്ചുതരാൻ പറയൂ. ബാക്കിയൊക്കെ എന്റെ വിധിയാണെന്ന് ഞാൻ സഹിച്ചോളാം.

ദണ്ഡകൻ : നിനക്ക് വേണ്ടി അത്രയ്ക്കൊന്നും കാക്കാൻ എനിക്ക് പറ്റില്ല. സ്വമനസ്സാലേ കീഴടങ്ങ്. ഇല്ലെങ്കിൽ എനിക്ക് ബലം പ്രയോഗിക്കേണ്ടിവരും.

ദണ്ഡകൻ ബലം പ്രയോഗിക്കുന്നതും അരജയെ ബലാത്സംഗം ചെയ്യുന്നതും പ്രതീകാത്മക ഭാഷയിലൂടെയും ശൈലീകൃതമായ ശരീരഭാഷയിലൂടെയും അവതരിപ്പിക്കണം. വെളിച്ചവും താളവാദ്യങ്ങളുടെ ഉപയോഗവും ഈ രംഗത്തിന് ഉചിതമായ രീതിയിൽ സന്നിവേശിപ്പിക്കണം.

വെളിച്ചം മാറുന്നു.

മൃഷ്ടാന്നം ഭുജിച്ച ശേഷം കൈ നക്കി തുടയ്ക്കുന്നവന്റെ ആംഗ്യത്തോടെ ദണ്ഡകൻ എഴുന്നേറ്റ് വരുന്നു. അയാൾ ആറ്റിലെ വെള്ളത്തിൽ കൈ കഴുകുന്നു. നിലത്തു വീണുകിടക്കുന്ന അരജ. അണിയറയിൽ ശോകമൂകമായി

കേൾക്കുന്ന വസന്തനർത്തകരുടെ പാട്ടിന്റെ ഈണം. അതിനൊത്ത് അരജയുടെ തേങ്ങൽ...

സ്റ്റേജിന്റെ വശത്തുനിന്ന് ക്ഷുഭിതയായി കടന്നുവരുന്ന സംവിധായിക. അരജയെയും ദണ്ഡകനെയും നോക്കുന്നു. വെറുപ്പോടെ.

സംവിധായിക : ഛെ! (കാണികളോട്) ഇങ്ങനെ ഇടപെടുന്നതിൽ ക്ഷമിക്കണം. വാത്മീകി രാമായണത്തിലെ ഈ സന്ദർഭം, ഓരോ തവണ അരങ്ങിലെത്തുമ്പോഴും എനിക്ക് പ്രശ്നമാകുന്നുണ്ട്. (അരജയെ ചൂണ്ടി) ഈ അറപ്പിക്കുന്ന കരച്ചിലും (ദണ്ഡകനെ ചൂണ്ടി) ഈ വൃത്തികെട്ട കൈകഴുകലും. ശ്ശ്യോ.. ഇതെത്രാമത്തെ തവണയാണ്? ഇത്തവണ കണ്ടപ്പോൾ (ദണ്ഡകനോട്) ചന്ദ്രാ, സത്യത്തിൽ എനിക്ക് ഓക്കാനം വന്നു.

അരജയായി അഭിനയിച്ച റോസിലിയും ദണ്ഡകനായി അഭിനയിച്ച ചന്ദ്രനും സംവിധായികയുടെ അടുത്ത് ചെല്ലുന്നു. നിലത്തുകിടന്നതുകൊണ്ട് കൈയ്യിലും മറ്റും പറ്റിയ പൊടി തട്ടിക്കളയുന്നു റോസിലി. കഠിനാദ്ധ്വാനമുള്ള ഒരു സീൻ അഭിനയിച്ചതിന്റെ വിയർപ്പും കിതപ്പുമായി ചന്ദ്രൻ.

സംവിധായിക : (അരജയോട്) റോസിലിയും ഒന്ന് മനസ്സിലാക്കണം. രാമായണകാലത്തെ കാണികളല്ല ഇന്നത്തെ കാണികൾ.

(ക്രിക്കറ്റിന്റെ ഹർഷാരവമുയരുന്നു. അതിനെ ഉദ്ദേശിച്ചുകൊണ്ട്)

സംവിധായിക : കേട്ടില്ലേ. കാലത്തിനൊത്ത കോലം വേണം അരങ്ങത്ത് കേറ്റാൻ.

(ആലോചിച്ചുകൊണ്ട് രണ്ട് ചാൽ നടക്കുന്നു. അരജയും ദണ്ഡകനും 'ഇവർക്കെന്തുപറ്റി?'' എന്ന് സംവിധായിക അറിയാതെ ആംഗ്യഭാഷയിൽ ചോദിക്കുന്നു. സംവിധായിക പെട്ടെന്ന് നടത്തം നിർത്തി.)

സംവിധായിക : എന്തുകൊണ്ട് നമുക്ക് മറ്റൊരു രീതി ചിന്തിച്ചുകൂടാ?

(ആവേശത്തോടെ കൈ നീട്ടികൊണ്ട് ദണ്ഡകനോടും അരജയോടുമായി)

റെഡി?

അരജ }
ദണ്ഡകൻ } : റെഡി!

വെളിച്ചം മാറുന്നു.

അരജ ദണ്ഡക ബലാത്സംഗരംഗം മൊത്തം ക്രിക്കറ്റിന്റെ ശരീരഭാഷയിലാവുന്നു. ആരവങ്ങൾ വിക്കറ്റു വീഴ്ത്തിയവന്റെ ആഹ്ലാദപ്രകടനത്തോടെ ദണ്ഡകൻ കാണികളെ നോക്കി കൈ വീശുന്നു. 'ഫ്ളയിംഗ് കിസ്സ്' വിടുന്നു. അരജയുടെ അടുത്ത് ചെന്ന്

ദണ്ഡകൻ : ആണുങ്ങളോട് കളിച്ചാൽ എങ്ങനെയായിരിക്കുമെന്ന് മനസ്സിലായോ?

(അരജയുടെ മുഖത്ത് പുച്ഛം)

ദണ്ഡകൻ : ഇതെങ്ങാനും പോയി നിന്റെ തന്തയോട് പറഞ്ഞാൽ... രണ്ടെണ്ണത്തിന്റെയും കഥ കഴിക്കും ഞാൻ.

(ആരവം) (അരജ പരമപുച്ഛത്തോടെ മുഖം കോട്ടി, ദണ്ഡകൻ അശ്ലീലമായി ചിരിച്ചുകൊണ്ട് അവളോട് ചേർന്നുനിന്നിട്ട്)

ദണ്ഡകൻ : എങ്ങനെയുണ്ടായിരുന്നു?

അരജ : (വളരെ സാധാരണമട്ടിൽ) നീയൊന്നും അത്രയ്ക്ക് പോരടാ.

(ദണ്ഡകൻ ഒന്നു പകച്ചു)

അരജ : നിനക്ക് കരുത്തുപോരാ. ഒരു പെണ്ണിനെ പൂർണ്ണമായി തൃപ്തിപ്പെടുത്താൻ നിനക്ക് ഈ ജന്മത്ത് പറ്റില്ല.

ജയചന്ദ്രൻ, ഗീതാ ജോസഫ്, എം.ജി. ശൈലജ

ദണ്ഡകൻ തലതാഴ്ത്തി, അയാൾ അവശനായി രംഗത്തുനിന്ന് പോകാൻ ഒരുങ്ങുന്നു. സംവിധായികയും അരജയും പൊട്ടിച്ചിരിച്ചുകൊണ്ട് ഇത് നോക്കി നിൽക്കുന്നു. ദണ്ഡകൻ പെട്ടെന്ന് തിരിഞ്ഞുനിന്നു.

ദണ്ഡകൻ : അല്ലാ മാഷേ, ഇത് സിതാരേടെ ചെറുകഥയിലെ സീനല്ലേ, ഞാനിത് വായിച്ചിട്ടുണ്ടല്ലോ.

സംവിധായിക : അതേ. ഒരേ ഇതിവൃത്തത്തിൽ രണ്ടു കാലങ്ങളെ ഞാൻ കൂട്ടിയിണക്കുകയാണ്. അന്നത്തെ പെണ്ണല്ല ഇന്നത്തെ പെണ്ണ്.

(അരജ വലിയ എതിർപ്പോടെ സംവിധായികയോട്)

അരജ : എന്നിട്ട് സിതാരയുടെ കഥയിലെ 'ലവളെ' പോലെ ഞാനിവനെ (ദണ്ഡകനെ ചൂണ്ടി) സ്നേഹിച്ച് സ്നേഹിച്ച് ഒരു പാഠം പഠിപ്പിച്ചേന്റെ ശേഷം കല്ല്യാണം കഴിക്കണംന്നാണോ ഭേദഗതി? ബോറ്.

(സംവിധായിക അസ്വസ്ഥയായി.)

സംവിധായിക : അത് ശരിയാവില്ല, ശരിയാവില്ല.

(നടിയെ നോക്കി ആലോചനാഭാവത്തിൽ നിന്നു.)

സംവിധായിക : നീയാണെങ്കിൽ എന്ത് ചെയ്തേനേ?

അരജ : ഞാൻ ന്ന് പറഞ്ഞാൽ

സംവിധായിക : നീ തന്നെ.

നടി : അരജയോ/റോസിലിയോ അതോ ഇത് രണ്ടും ചെയ്യണ ശൈലജയോ?

സംവിധായിക : ഓ, വ്യത്യസ്തമായ അസ്തിത്വങ്ങളുടെ ഒരു പ്രശ്നമുണ്ടല്ലോ അല്ലേ?

നടി : ഇത്രയ്ക്കൊന്നും ആലോചിക്കാനില്ല മാഷേ. അരജ ചെയ്യണതാവില്ല റോസിലി ചെയ്യാ. റോസിലി ചെയ്യണതാവില്ല ശൈലജ ചെയ്യാ.

സംവിധായിക : ശ്ശെ.

നടി : ഞാനൊരു പരീക്ഷണം പറയാം.

ദണ്ഡകൻ : അതിനിത് പരീക്ഷണനാടകമല്ലല്ലോ.

നടി : എന്നാ പിന്നെ താൻ പറയ്.

സംവിധായിക : വേണ്ട വേണ്ട. ചന്ദ്രൻ പ്ലീസ്, (നടിയോട്) നീ പറയൂ.

നടി : റെഡി?

ദണ്ഡകൻ : റെഡി!

വടക്കൻപാട്ടിന്റെ ഈണം, ഉണ്ണിയാർച്ചയുടെ പാട്ട്. ചടുലമായിരിക്കണം.

(അരജ ഒരു ചൂലുമായി പ്ലാശുമരത്തിന്റെ ചോട്ടിൽ അടിച്ചുവാരുന്നു. ദണ്ഡകൻ ശൃംഗാരഭാവത്തിൽ അവൾക്കടുത്ത്)

ദണ്ഡകൻ : നീ ആരായാലും വേണ്ടില്ല. എനിക്ക് നിന്നെ നന്നെ ബോധിച്ചു.

അരജ : എനിക്ക് നിന്നെ തീരെ ബോധിച്ചിട്ടില്ല.

(ദണ്ഡകൻ അവളെ പിടിക്കാൻ നോക്കുന്നു)

അരജ : (ചൂലുയർത്തിക്കൊണ്ട്) തൊട്ടുപോകരുത്.

ദണ്ഡകൻ : എന്താ തൊട്ടാല്?

അരജ : തൊട്ടാല് ആ കൈ ഞാൻ വെട്ടും.

ദണ്ഡകൻ : ചൂലോണ്ടോ? (അവളെ പിടിക്കാൻ നോക്കുന്നു) എന്നാപിന്നെ അതുകണ്ടിട്ട് തന്നെ കാര്യം.

അരജ ചൂലുയർത്തി തല്ലുന്നു. ദണ്ഡകൻ വാളുകൊണ്ട് തടുക്കുകയാണ്. വടക്കൻപാട്ടിന്റെ ഈണം ശക്തമായി. ഉഗ്രപോരാട്ടം. പോരിന്റെ മൂർദ്ധന്യത്തിൽ സംവിധായിക പൊട്ടിവീഴുന്നു.

സംവിധായിക : മതി മതി. (അരജയോട്) ഇതെവിടെക്കൊണ്ട് ചെന്ന് അവസാനിപ്പിക്കും? നീയെങ്ങനെ ഇവനോട് ജയിക്കും? ദേഹബലം, വാളുബലം, യുദ്ധബലം കാശുബലം ഒക്കെ ഇവനല്ലേ? (വിഷമത്തോടെ) ഇതിൽ നിന്നെ ജയിപ്പിക്കാൻ ഒരു മാർഗ്ഗവും ഞാൻ കാണുന്നില്ല. ഔചിത്യമാണ് കലയുടെ ഏറ്റവും വലിയ ഗുണം.

(അണിയറയിൽ വലിയൊരലർച്ച)

ദണ്ഡകാ.....

അതിയായ കോപത്തോടെ ശുക്രാചാര്യനും രണ്ടു ശിഷ്യന്മാരും പ്രവേശിക്കുന്നു. ശിഷ്യന്മാർ വന്നപാടെ കള്ളനെ പൊലീസുകാർ എന്ന പോലെ ദണ്ഡകനെ പിടിച്ചുനിർത്തി ഇടിക്കുന്നു. അരജ ഓടിച്ചെന്ന് ശുക്രാചാര്യന്റെ കാലിൽ വീഴുന്നു. സംവിധായിക അമ്പരന്നുനിൽക്കുകയാണ്.

അരജ : അച്ഛാ! ഈ ദുഷ്ടൻ എന്നെ...

ശുക്രചാര്യൻ : ദണ്ഡകാ, എന്റെ മകളോട് അനീതി കാട്ടിയ നിന്നെ ഞാൻ ശപിച്ച് ഭസ്മമാക്കും. ഫൂ... നീയും നിന്റെ രാജ്യവും വെന്ത് വെണ്ണീറാകട്ടെ. ആകാശത്തുനിന്ന് ചുട്ടുപഴുത്ത മണൽമാരി വർഷിച്ച് നിന്റെ രാജ്യം മുടിഞ്ഞുപോകട്ടെ!

(ദണ്ഡകന്റെ വയറ്റത്ത് തൊഴിക്കാൻ കാലോങ്ങുന്നു. ശിഷ്യന്മാർ ദണ്ഡകനെ പിടിച്ചു നിർത്തിയിരിക്കുകയാണ്.)

സംവിധായിക : ആന്റപ്പാ, എന്താദ്?

ശുക്രാചാര്യൻ : (തിരിഞ്ഞ് സംവിധായികയോട്) ക്ഷമിക്കണം മാഷേ... നാടകത്തിലെ അനിയന്ത്രിതമായ ഒരു സന്ദർഭമാണിത്. ആരു വിചാരിച്ചാലും നിയന്ത്രിക്കാൻ പറ്റില്ല. രചനയും സംവിധാനവും നിർവ്വഹിച്ച മാഷ് തന്നെ നേരിട്ട് വന്ന് വിചാരിച്ചാലും ഇത് നിയന്ത്രിക്കാൻ

(ദണ്ഡകന്റെ നേർക്ക് കുതിച്ചിട്ട്)

എന്നെക്കൊണ്ട് പറ്റില്ല. ഇനി പറ, എന്താ ഭേദഗതി?

സംവിധായിക ഉറക്കെ ചിരിക്കുന്നു. ഒന്നുരണ്ടു നിമിഷം അതും നോക്കി നിന്ന് ശിഷ്യന്മാരും അവരെ അനുകരിച്ച് ചിരിക്കുന്നു. ദണ്ഡകൻ ശിഷ്യന്മാരുടെ പിടുത്തത്തിന്റെ കാഠിന്യത്തിൽ കൈകൾ കുടഞ്ഞ് അവരെ ദേഷ്യത്തിൽ നോക്കുന്നു. സംവിധായിക ശുക്രാചാര്യനോട്

സംവിധായിക : എന്റെ കാരണോരേ... ഏത് നൂറ്റാണ്ടീന്നാ ഇറങ്ങിവരണേ?

ശിഷ്യൻ : ശപിച്ച് ഭസ്മമാക്കാൻ കഴിവുള്ള വല്ല തന്ത മാരും ഈ കാലത്ത് ജീവിച്ചിരിപ്പുണ്ടോ?

ശിഷ്യൻ : ഇന്ന് ശാപത്തിനൊന്നും ഒരു വിലയും ഇല്ലെടോ. ശപിച്ച് കുത്തിയിരുന്നിട്ട് ഒരു കാര്യോം ഇല്ല. ആരെങ്കിലും ശപിച്ചൂന്ന് കേട്ടാ ആളുകൾ ചിരിക്കും.

ശിഷ്യൻ : അതേയ് ഇമ്മാതിരിക്കാരെ.

(ദണ്ഡകനെ പിടിച്ചു വലിച്ചു കൊണ്ടുവന്ന് നടുവിൽ നിർത്തുന്നു.)

ഒറ്റക്കുത്തിന് (കുത്തിമലർത്തി) നരകത്തിലേക്കയച്ചിട്ട് തന്ത പോയി ജയിലിൽ കിടന്നിട്ടുണ്ട് അറിയാമോ? ഞാൻ അതിന് ഒരുക്കമാണ്.

ശുക്രാചാര്യൻ : ഞാൻ അതിന് ഒരുക്കമാണ്.

അരജ : അയ്യടാ! (പരിഹാസം) അതിനും ഒരുക്കമാണത്രെ. (സംവിധായികയോട്) എനിക്ക് നീതി കിട്ടണമെങ്കിൽ (ശുക്രാചാര്യനെ ചൂണ്ടിക്കാട്ടിയിട്ട്) ആദ്യം ഇയാളെ തല്ലിക്കൊല്ലണം.

(ശുക്രാചാര്യൻ ഞെട്ടിപ്പോകുന്നു. സംവിധായികയും മറ്റും അമ്പരന്നു.)

ശുക്രാചാര്യൻ : ഞാൻ എന്തൂട്ട ചെയ്തേ?

അരജ : എന്തൂട്ടാ ചെയ്തേന്ന്? പറയണ്ടാ, പറയണ്ടാന്ന് വിചാരിച്ചതാ ഞാൻ. എന്നെക്കൊണ്ട് പറഞ്ഞ് പറയിപ്പിക്ക്യാ. (ഉറപ്പിച്ച്) ഇത്രത്തോളം ആയ സ്ഥിതിക്ക് ഇനി പറയാണ്ടിരിക്കുന്നതിൽ അർത്ഥമില്ല.

ശുക്രാചാര്യൻ : എന്ത്? എന്താ നിനക്ക് പറയാന്ള്ള്ത്? അല്ലാ പിന്നെ.

അരജ : നീചാ, ദുഷ്ടാ, വഞ്ചകാ!

(നിന്നിരുന്നതിന്റെ എതിർദിശയിലേക്ക് ചടുലമായി നീങ്ങിയിട്ട് ആവർത്തിക്കുന്നു.)

നീചാ, ദുഷ്ടാ, വഞ്ചകാ (സങ്കടം) നിങ്ങള് കേൾക്കണം. കഴിഞ്ഞ ശന്യാഴ്ച റിഹേഴ്സൽ കഴിഞ്ഞു പോകുമ്പോ എന്റെ പിന്നാലെ വന്ന് 'എന്റമ്മ ചാവാറായിട്ട് കെടക്കാണ് ഒന്ന് കേറി കണ്ടിട്ട് പോ റോസിലിയ്യേന്ന് പറഞ്ഞ് എന്നെ വിളിച്ചുകൊണ്ടുപോയി റേപ്പ് ചെയ്തില്ലേ താൻ?

(ശുക്രാചാര്യൻ കാതുപൊത്തി. സംവിധായിക അരജയുടെ വായ പൊത്തിപ്പിടിച്ചു. ശിഷ്യന്മാർ അത്ഭുതഭാവം കാട്ടി.)

സംവിധായിക : റോസിലി, ഇത് റിഹേഴ്സൽ ക്യാമ്പാണ്.

റോസിലി : അതേയതെ. എനിക്കറിയാം. നിങ്ങൾക്കൊക്കെ നാടകാ വലിത്. ജീവിതല്ല. ഞാൻ പാവപ്പെട്ടോളാ. ചോദിക്കാനും പറയാനും ആരൂല്ല്യ. (കരയുന്നു)

ആകെ അസ്വസ്ഥത. സംവിധായിക കോപിച്ച് രണ്ടുചാൽ നടന്നു. ദണ്ഡകൻ പേടിച്ച് മാറിനിൽക്കുന്നു. ശിഷ്യന്മാർ ശുക്രാചാര്യനെ 'അമ്പടാ' എന്ന മട്ടിൽ നോക്കുന്നു. ശുക്രാചാര്യന്റെ പ്രതികരണങ്ങൾ സംവിധായികയുടെ നീക്കങ്ങൾക്കൊത്ത്

ശുക്രാചാര്യൻ : പോയിപ്പോയി ആരെപ്പറ്റിയും എന്തും പറഞ്ഞുണ്ടാക്കാമെന്നായോ?

(സംവിധായിക ദേഷ്യത്തിൽ അയാളെ നോക്കി)

അരജ : തന്റെ തലേല് ഇടിത്തീ വീഴും നോക്കിക്കോ.

ശിഷ്യൻ : ഇതിനൊന്നും ആരുടെ തലേലും ഇടിത്തീ വീഴാറില്ല.

ശിഷ്യൻ 2 : അങ്ങനെയാണെങ്കിൽ ഇവിടെ മുഴുവനും ഇടിത്തീയാവണ്ടേ?

(സംവിധായികയുടെ നോട്ടത്തിൽ രണ്ടുപേരും ചൂളുന്നു)

ദണ്ഡകൻ : (സംവിധായികയെ പ്രീതിപ്പെടുത്താനും ഉദ്ദേശ്യമുണ്ട്, ശുക്രാചാര്യനോട്) എന്നാലും സംഗതി മോശമായിട്ടാ ആന്റപ്പാ...

ശുക്രാചാര്യൻ : ചന്ദ്രാ, നീയെങ്കിലും എന്നെ വിശ്വസിക്കണം. എന്റമ്മയ്ക്കല്ലെടാ ഇവൾടമ്മയ്ക്കാ അസുഖം. കഴിഞ്ഞ ശന്യാഴ്ച റിഹേഴ്സൽ കഴിഞ്ഞ് പോകുമ്പോ ഇവളാ എന്റെ പിന്നാലെ വന്നിട്ട് ആന്റപ്പേട്ടാ അമ്മ ചാവാറായി കെടക്കണ്. ഒന്ന് കേറികണ്ടിട്ട് പോന്നും പറഞ്ഞ് എന്നെ കൂട്ടിക്കൊണ്ടുപോയത്. എന്നിട്ട് ഇവളുടെ വിജനമായ വീട്ടില് വെച്ച് ഇവളാ... ഇവളാ... എന്നെ (പൊട്ടിക്കരയുന്നു).

(ശിഷ്യന്മാർ ചിരി)

സംവിധായിക : നിർത്ത്. എന്റെ റിഹേഴ്സൽ ക്യാമ്പിൽ ഇതൊന്നും പറ്റില്ല. അതൊക്കെ നിങ്ങൾ ആണുങ്ങൾ നടത്തുന്ന ക്യാമ്പിൽ മതി. കള്ളുകുടിയും മറ്റേ വർത്തമാനവും ഒക്കെ. എന്റെ കൂടെ ഡീസന്റായിട്ട് നിൽക്കാൻ പറ്റുന്നോര് നിന്നാ മതി.

ദണ്ഡകൻ : ഞാൻ ഡീസന്റാ മാഷേ...

ശുക്രാചാര്യൻ : ദണ്ഡകാ... (മുട്ടുകാലുകൊണ്ട് ചവിട്ടാൻ ചെല്ലുന്നു.)

സംവിധായിക : ആന്റപ്പാ...

ശുക്രാചാര്യൻ : അല്ലാ, അവന്റൊരു

അരജ : മാഷേ... മാഷും ഒരു പെണ്ണല്ലേ. മാഷ്ക്കെങ്കിലും സത്യം മനസ്സിലാവില്ലേ. എന്റെ സത്യം നാടകത്തില് കൊണ്ടുവന്നൂടെ. മാഷ്ക്ക് എന്റെ സൈഡ് പിടിച്ചൂടെ?

സംവിധായിക : ഞാനങ്ങനെ സൈഡ് പിടിക്കാനൊന്നും ഉദ്ദേശിക്കുന്നില്ല. കല നിഷ്പക്ഷമായിരിക്കണം. ഞാൻ നാടകത്തിന്റെ സൈഡാ. നാടകത്തിൽ ഒരു നീതിയുണ്ട്. കലയുടെ നീതി... പോയറ്റിക് ജസ്റ്റിസ്... അത് പുലരും.

ശുക്രാചാര്യൻ : എന്നാൽ പിന്നെ അതു പുലരട്ടെ.

ശിഷ്യന്മാർ : പുലരട്ടെ.

വെളിച്ചം മങ്ങുന്നു...

അരങ്ങ് നാല്

കലാകോടതി. വിശേഷവേഷധാരിയായ ന്യായാധിപൻ. ചിത്രവർണ്ണക്കുപ്പായം. തൂവൽത്തൊപ്പി. ദാലി മീശ. കർണ്ണാഭരണങ്ങൾ. വക്കീൽമാരും വർണ്ണശബളമായ കുപ്പായങ്ങൾ ഇട്ടിരിക്കുന്നു. ശുക്രാചാര്യൻ – പ്രതിക്കൂട്ടിൽ. അരജ – എതിർവശത്ത്. അരങ്ങിൽ സംവിധായിക, നടി, ശിഷ്യന്മാർ തുടങ്ങിയവരും യഥാസ്ഥാനങ്ങളിൽ. വേഷം മാറ്റമില്ല.

ന്യായാധിപൻ : വാദം കേൾക്കട്ടെ.

വക്കീൽ : (അരജയോട്) ഈ നിൽക്കുന്ന ആന്റപ്പൻ എന്ന എന്റെ കക്ഷിയെ നിങ്ങൾ അറിയുമോ?

അരജ : (വെറുപ്പ്, അതൃപ്തി) അറിയും (ന്യായാധിപന് കേൾക്കുന്നില്ല. അയാൾ പുരികമുയർത്തി സ്ത്രീ പറഞ്ഞതെന്താണെന്ന് വക്കീലിനോട് ചോദിക്കുന്നു.)

വക്കീൽ : ഉറക്കെ പറയൂ...

അരജ : (ഉറക്കെ) അറിയും.

ന്യായാധിപൻ : എന്താണ് ആ സ്ത്രീ പറയുന്നത്. മനസ്സിലാവുന്നില്ല.

വക്കീൽ : നിങ്ങളെന്താ പറഞ്ഞത്?

അരജ : അറിയും ന്ന്...

വക്കീൽ : ഓഹോ. ലോനപഞ്ചമേഷു.

ന്യായാധിപൻ : എന്ത്?

വക്കീൽ : ലോനപഞ്ചമേഷു

ന്യായാധിപൻ : എന്നുവെച്ചാൽ..?

വക്കീൽ : എന്നുവെച്ചാൽ... അറിയില്ല എന്ന്.

സംവിധായിക അതു തിരുത്താൻ മുന്നോട്ട് നീങ്ങുന്നു. ശിഷ്യന്മാർ അവരെ പിടിച്ചു നിർത്തി.

ശിഷ്യൻ : കോർട്ടലക്ഷ്യമാവും മാഷേ.

ന്യായാധിപൻ : ഓർഡർ...

ന്യായാധിപൻ : (വക്കീലിനോട്) ഇവരെന്താ മലയാളിയല്ലേ?

വക്കീൽ : ഇവരിതേ പറയൂ...

(സംവിധായിക വീണ്ടും മുന്നോട്ട്. ശിഷ്യന്മാർ പിടിച്ചുനിർത്തുന്നു)

ന്യായാധിപൻ : ഇതേത് ഭാഷയാണ്.

വക്കീൽ : ലട്

ന്യായാധിപൻ : ഇതേതുനാട്ടിലെ ഭാഷയാണ്.

വക്കീൽ : ഞമ്

ന്യായാധിപൻ : നിങ്ങൾക്കിതെങ്ങനെ അറിയാം?

വക്കീൽ : ഞാൻ ഇതിലാ ഗവേഷണം ചെയ്യുന്നത്.

ന്യായാധിപൻ : എത്രത്തോളമായി?

വക്കീൽ : സബ്മിറ്റ് ചെയ്യാറായി.

ന്യായാധിപൻ : കിട്ടുമോ.

വക്കീൽ : കിട്ടും.

ന്യായാധിപൻ : ശരി. വാദം തുടരൂ...

സംവിധായിക പിടിച്ചുനിർത്തിയവരെ തട്ടിമാറ്റി കോടതിയുടെ മുന്നിലോട്ട് വരുന്നു. തൊഴുന്നു.

സംവിധായിക : യുവറോണറോഫ് ആർട്ട്? ഈ സ്ത്രീ മലയാളിയാണ്. തൃശ്ശൂർകാരിയാണ്. പറയുന്നത് മലയാളമാണ്. (വക്കീലിനെ ചൂണ്ടി) ഇയാൾ മനഃപൂർവ്വം കോടതിയെ തെറ്റിദ്ധരിപ്പിക്കുകയാണ്. ഭാഷാവഞ്ചകൻ.

ന്യായാധിപൻ : ഓർഡർ, ഓർഡർ

വക്കീൽ : കോർട്ടലക്ഷ്യത്തിന് നിങ്ങൾ കുടുങ്ങും.

സംവിധായിക : സത്യം ബോധിപ്പിക്കുന്നത് കോർട്ടലക്ഷ്യമാവുമോ?

ന്യായാധിപൻ : (സ്ത്രീയോട്) നിങ്ങളാരാണ്?

സംവിധായിക : ഞാൻ ഈ നാടകത്തിന്റെ സംവിധായികയാണ്.

ജഡ്ജി : നാടകമോ?

വക്കീൽ : നാടകം... ഹാ... ഹാ... നാടകം (ഗൗരവം) ഇത് നാടകമല്ല ശ്രീമതീ, ജീവിതമാണ് ജീവിതം.

പച്ചയായ മനുഷ്യജീവിതം. കുറച്ചുകൂടി കൃത്യമായി പറയാം. ജീവിതത്തിൽ നിന്ന് വലിച്ചു ചീന്തിയെടുത്ത (വലിച്ചു ചീന്തുന്നു) ഒരേട് (ഏട് തൂക്കിപ്പിടിക്കുന്നു) ഇതിന്റെ വക്കിൽ രക്തം പൊടിഞ്ഞിരിക്കുന്നു.

ശിഷ്യന്മാരും മറ്റും തലയാട്ടി ശരിവെക്കുന്നു. അരജയ്ക്ക് പുച്ഛം. സംവിധായിക അമ്പരന്നു നിൽക്കുന്നു. ശുക്രാചാര്യന് ഗദ്ഗദം. കണ്ണീരൊപ്പുന്നു.

ന്യായാധിപൻ : വാദം തുടരൂ.

വക്കീൽ : (അരജയോട്) ഈ നിൽക്കുന്ന ആന്റപ്പൻ എന്ന എന്റെ കക്ഷി ഒരു ശനിയാഴ്ച വൈകുന്നേരം കുളിർകാറ്റു വീശുമ്പോൾ സ്വന്തം വീട്ടിനകത്തു വെച്ച് നിങ്ങളെ ബലാത്സംഗം ചെയ്തു എന്നാണ് പരാതി. ശരിയാണോ? കുളിർകാറ്റ് വീശിയിരുന്നോ?

അരജ : ശരിയാണ്. ഇയാളുടെ തലയിൽ ഇടിത്തീ വീഴും.

ന്യായാധിപൻ : ഇപ്പോൾ ഇവരെന്താണ് പറഞ്ഞത്?

വക്കീൽ : (ചിരി) ണസ്തസ്യട: റൂട്വോർദ്ധിത്വം ച!

ന്യായാധിപൻ : എന്നുവെച്ചാൽ?

വക്കീൽ : വളരെ വ്യക്തം. കുളിർകാറ്റ് വീശിയിട്ടില്ല. ബലാത്സംഗം നടന്നിട്ടില്ല.

സംവിധായിക : നുണ ശുദ്ധ നുണ.

വക്കീൽ : (കോപം) റുട്വോർദ്ധിത്വം ച എന്നുവെച്ചാൽ പിന്നെന്താ? നിങ്ങൾ പറ.

സംവിധായിക : (ന്യായപീഠത്തോട്) റോസിലി പറഞ്ഞത് മലയാളമാണ്.

ന്യായാധിപൻ : ഓർഡർ... ഓർഡർ...

വക്കീൽ : ഈ ഇടപെടലെങ്കിലും കോർട്ടലക്ഷ്യമായി കണക്കാക്കണമെന്ന് ബഹുമാനപ്പെട്ട കോടതിയോട് അഭ്യർത്ഥിക്കുന്നു. ഇവർ ശല്യക്കാരിയായ വ്യവഹാരിയാണ്. ഏഭ്യാംച.

ന്യായാധിപൻ : ശ്രദ്ധയിൽപെട്ടിട്ടുണ്ട് (കുറിക്കുന്നു)

(സംവിധായികയോട്) ഹേ, നാടക നടീ, നിങ്ങൾ കോടതിയെ ശല്യപ്പെടുത്തരുത്.

സംവിധായിക	:	നടിയല്ല. സംവിധായിക. സ്വന്തം കഥാപാത്രങ്ങൾ ഇങ്ങനെ തുടങ്ങിയാൽ ഒരു സംവിധായികയ്ക്ക് ഇടപെടുകയല്ലാതെ വേറെന്ത് മാർഗ്ഗം? എന്റീശ്വരാ, നീതിക്കുവേണ്ടി കലയിലും തപ്പിയിട്ട് കാര്യമില്ലെന്നോ? ബഹുമാനപ്പെട്ട കോടതിയോട് എനിക്കൊന്നു ബോധിപ്പിക്കാനുണ്ട്. ഭാഷകൊണ്ടുള്ള ചതിയാണിത്. ഇയാൾ പറയുന്നത് മുഴുവൻ വ്യാകരണമാണ്. അതിലാ ഇയാൾ പി.എച്ച്.ഡി ചെയ്യണേ. അതീന്ന് ഓരോന്നെടുത്ത് കോടതിയിൽ ഉപയോഗിക്കുകയാണ്. റോസിലിക്കിതൊന്നും അറിയില്ല. അവൾ പറഞ്ഞേന്റെ നേരേ വിപരീതാ ഇയാൾ കോടതീല് ബോധിപ്പിച്ചത്. ഞാനീ പറഞ്ഞത് മുഴുവൻ സത്യമാണ്. അതിന് സാക്ഷികളായി എന്റെ മുഴുവൻ നടീനടന്മാരും ഇവിടെയുണ്ട്. സത്യം ഇവർ പറയും. (എല്ലാവരോടുമായി) പറയൂ, നീതിക്കു വേണ്ടി സംസാരിക്കൂ. റോസിലിക്ക് നീതി കിട്ടണം. പറയൂ...
ന്യായാധിപൻ	:	പറയൂ...
നടീനടന്മാർ	:	തസ്യദ്വിത്വം വാ
സംവിധായിക	:	(അമ്പരക്കുന്നു) ങ്ഏ?
നടീനടന്മാർ	:	ഓർന്നിത്യം
സംവിധായിക	:	(പരിശ്രമം) നിങ്ങൾ... നിങ്ങളെന്താ ഈ പറയുന്നത്?
നടീനടന്മാർ	:	ക്വചില്ലോപ

(സംവിധായിക സംസ്കൃതനാടകങ്ങളിലേതുപോലെ വിലപിച്ചു കൊണ്ട് മൂർഛിച്ച് വീഴുന്നു.)

സംവിധായിക	:	ഹാാ..ധിക്!

(നിലംപതിച്ചു)

ന്യായാധിപൻ	:	ഈ കോടതി എന്നന്നേക്കുമായി പിരിയുന്നു.

കോടതി പിരിയുന്നു.

നടീനടന്മാർ സ്റ്റേജുപകരണങ്ങൾ എടുത്തുമാറ്റുന്നു. അരജ പ്രതിക്കൂട്ടിൽ നിന്നിറങ്ങിവന്ന് സംവിധായികയെ പിടിച്ചെഴുന്നേൽപ്പിക്കുന്നു. രണ്ടാളും തലയ്ക്ക് കൈയും കൊടുത്ത് നിലത്തിരിക്കുന്നു. സ്റ്റേജുപകരണങ്ങൾ മാറ്റുന്നവർക്ക് അവരോടുള്ള പ്രതികരണങ്ങൾ ഉണ്ട്.

അരജ : ഇത് ശരിയാവില്ല മാഷേ. ഈ നാടകം കൊണ്ടൊന്നും എനിക്ക് നീതി കിട്ടാൻ പോണില്ല. അല്ലെങ്കിലും കലയിൽ നീതിയുണ്ടായിട്ടെന്തിനാ. ജീവിതത്തിലേക്ക് ഉപകാരപ്പെടേണ്ടേ?

സംവിധായിക : കഷ്ടം. നല്ലൊരു പ്രണയനാടകമായിരുന്നു.

അരജ : (പുച്ഛം) പ്രണയം. ആ വാക്ക് മാത്രം മാഷ് പറയരുത്.

(സംവിധായിക നിസ്സഹായയായി അരജയെ നോക്കുന്നു.)

അരജ : ജീവിതത്തിൽ പ്രണയം സാധ്യമല്ല. (പോകുന്നു)

വെളിച്ചം മങ്ങുന്നു.

സ്പോട്ട് ലൈറ്റിൽ സംവിധായിക മാത്രം.

സംവിധായിക : ജീവിതത്തിൽ പ്രണയം സാധ്യമല്ല. എന്റെ പ്രണയം. ഓരോ ജിവകോശം കൊണ്ടുമല്ലേ ഞാനയാളെ പ്രണയിച്ചത്...? പ്രണയം മൂലം ഞാനയാളുടെ അടിമയാവാനും വേലക്കാരിയാവാനും ചവിട്ടുമെത്തയാവാനും തയ്യാറായതല്ലേ. തേരേ മേരേ സപ്നേ അബ് ഏക് രംഗ് ഹേ... എന്റെയും നിന്റെയും സ്വപ്നങ്ങൾക്കിപ്പോൾ ഒരേനിറമെന്ന് പാടിപ്പാടി ക്ലാസ്മുറികളിൽ, മരച്ചോടുകളിൽ, തീവണ്ടിപ്പാതകളിൽ, സിനിമാതിയേറ്ററിൽ, പുഴകളിൽ, റസ്റ്റോറന്റുകളിൽ ഞാനയാളെ പിന്തുടർന്നില്ലേ?

പ്രണയം ഒരു ചുവന്ന പൂവ്. ഞാനതയാൾക്കു കൊടുത്തു. ഒറ്റക്കണ്ടീഷൻ മാത്രം. വിവാഹം. പ്രണയവും വിവാഹവും. എന്തൊരു വൈരുദ്ധ്യം! ഒന്ന് പ്രതീക്ഷയാണെങ്കിൽ മറ്റേത് പ്രതീക്ഷയുടെ കൂമ്പടച്ചിലാണോ?

അണിയറയിൽ പരുക്കനായ പുരുഷശബ്ദത്തിൽ

അണിയറയിൽ : നായിന്റമോളേ...

സംവിധായിക ചിരിക്കുന്നു

സംവിധായിക : സംബോധനകളൊക്കെ എത്ര പെട്ടെന്നാണ് മാറിപ്പോയത്. ഹാ..ഹാ..ഹാ... ഞാനും അത്ര മോശക്കാരിയൊന്നുമല്ല.

(ഒരുഗ്രവഴക്കിന്റെ മൂർദ്ധന്യത്തിലെന്നോണം)

നായിന്റമോനേ...

(ചിരി) (സങ്കടം) ജീവിതത്തിൽ ഉണങ്ങുന്നത് കലയിൽ തളിർക്കുമോ? പാവം റോസിലി! പ്രണയം ഒരാർഭാടമെന്ന് വെയ്ക്കാം. നീതിയോ?

അരങ്ങിൽ വെളിച്ചം പരക്കുന്നു. നടീനടന്മാർ രംഗസജ്ജീകരണങ്ങൾ പൂർത്തിയാക്കുന്ന ഘട്ടത്തിലാണ് സംവിധായികയുടെ 'മൂഡ്' മാറി ഉത്സാഹത്തിൽ ചടുലമായി നടീനടന്മാരോട് പറയുന്നു.

സംവിധായിക : റോസിലിക്ക് നീതി കിട്ടണം. അത് ജീവിതത്തിന്റെ ആവശ്യമാണ്.

ദണ്ഡകൻ : എന്നാപ്പിന്നെ മാഷേ പഴേ പോലെ ശുക്രാചാര്യന്റെ ശാപം കൊണ്ട് ദണ്ഡകന്റെ സാമ്രാജ്യം നശിക്കുന്നത് കാണിച്ചാ പോരേ?

സംവിധായിക : വേണ്ട വേണ്ട. ശാപം എന്തായാലും വേണ്ട.

(അരജ പൊട്ടിത്തെറിച്ച മട്ടിൽ കടന്നുവരുന്നു)

അരജ : പിന്നെ. ദണ്ഡകനെ വെറുതെ വിടാനാ?

സംവിധായിക : ചന്ദ്രനെ ശപിക്കാനുള്ള യോഗ്യത ആന്റപ്പനില്ല.

നടൻ : (തലയ്ക്കടിച്ചിട്ട്) ഓ.... നാടകവും ജീവിതവും എന്തിനാ ഇങ്ങനെ കൂട്ടിക്കുഴയ്ക്കണേ?

ശുക്രാചാര്യൻ : ഒരു കാര്യണ്ട്ട്ടാ. ഈ അവസാനനിമിഷത്തിൽ മാറ്റം വരുത്തിയാൽ അഭിനയിക്കാൻ എന്നെ കിട്ടില്ല.

സംവിധായിക : (എല്ലാവരോടുമായി) വലിയ മാറ്റമൊന്നും ആവശ്യമില്ല. ആന്റപ്പന്റെ ആ ശാപം മാത്രം ഒഴിവാക്കാം. ദണ്ഡകനുള്ള ശിക്ഷ പ്രകൃതിയാണ് കൊടുക്കുന്നത്. പ്രകൃതി എല്ലാത്തിനും സാക്ഷിയാണ്. ശുക്രാചാര്യന്മാർ ഉണ്ടാവാം. ഉണ്ടാവാതിരിക്കാം, പക്ഷേ, പ്രകൃതി സർവ്വസാക്ഷിയായി എന്നും ഉണ്ടാവും. തല്ലും തടവും സൃഷ്ടിക്കും.

ദണ്ഡകൻ : ഇതൊരു അറുപഴഞ്ചൻ യുക്തിയാണ്.

നടൻ 2 : ഇങ്ങനെ ഈ നാടകം അവസാനിപ്പിക്കാൻ പറ്റില്ല.

നടൻ 3 : ആ മണ്ണുമഴ പെയ്യുന്ന സീനെങ്കിലും വേണംട്ടാ. ഞങ്ങൾക്കൊക്കെ ആകെ അഭിനയിക്കാൻ സ്കോപ്പുള്ള രംഗാ അത്.

സംവിധായിക : അതെങ്ങനെ ഒഴിവാക്കും? അനീതിയുടെ മേൽ പ്രകൃതിയുടെ ഉഗ്രമായ ഇടപെടലിന്റെ നാടകാവിഷ്കാരമല്ലേ അത്.

വെളിച്ചം മങ്ങുന്നു.

കാറ്റൂതുന്ന ശബ്ദം

സംവിധായിക : ദണ്ഡകന്റെ സാമ്രാജ്യത്തിനു മേൽ മണൽ മാരി വർഷിക്കപ്പെടും.

അരങ്ങിൽ പതുക്കെ പറക്കുന്ന പുക. കാറ്റൂതുന്ന ശബ്ദം. ആദ്യം ഇലകളിൽ മഞ്ഞുവീഴുന്നതുപോലെയാണ് തോന്നുക. വസന്തകാലത്തെ പൂങ്കാറ്റിൽ പെട്ടെന്ന് തീ പാളുന്നതുപോലേ ആളുകൾക്ക് തോന്നൂ. അരങ്ങിൽ പുക നിറഞ്ഞുകഴിഞ്ഞു. കാറ്റിന്റെ ശബ്ദം ഉച്ചത്തിലായി. ഇടിമിന്നലും നിലവിളികളും കേൾക്കാം. സാധ്യമായ സാങ്കേതികസഹായം കൊണ്ട് അന്തരീക്ഷം സൃഷ്ടിക്കപ്പെടാവുന്നതാണ്. നിലവിളിച്ചുകൊണ്ട് ഓടിവന്ന് അരങ്ങിൽ വീഴുന്ന ജനങ്ങൾ)

അയ്യോ..മണ്ണ്, മണ്ണ്മഴ?

മണൽമാരി.

എന്റെ കുട്ടി, എന്റെ കുട്ടിയെവിടെ?

ഓടിക്കോ... ഓടിക്കോ...

അമ്മേ കണ്ടുകൂടാ...

എല്ലാവരും അരങ്ങിൽ വീണു നിശ്ചലമാവുന്നു. മങ്ങിയില്ലാതാവുന്ന കാറ്റിന്റെ ശബ്ദം. വെളിച്ചം തെളിയുന്നു. സ്റ്റേജിൽ ശവശരീരങ്ങൾക്ക് നടുവിൽ നിൽക്കുന്ന സംവിധായിക. അവർ കൈകളുയർത്തി പുറംതിരിഞ്ഞാണ് നിൽക്കുന്നത്.

അങ്ങനെത്തന്നെ നിന്നുകൊണ്ട്

സംവിധായിക : അധികാരികളോട് പകരം വീട്ടാൻ പലപ്പോഴും ജനങ്ങളെക്കൊണ്ടായെന്ന് വരില്ല. എന്നുവെച്ച് അത് അധികാരിയുടെ വിജയമല്ല. പ്രകൃതി നിയമം അതിന്റെ കടുത്ത ശിക്ഷയുമായി കടന്നുവരും. (തിരിയുന്നു) (ചിതറിക്കിടക്കുന്ന ജഡങ്ങളെ നോക്കി)

അങ്ങനെ ഭൂമിക്ക്മേൽ എത്ര പ്രളയങ്ങൾ. എത്ര കൊടുങ്കാറ്റുകൾ, പകർച്ചവ്യാധികൾ, മാറാരോഗങ്ങൾ, പ്രകൃതിനിയമം. എക്കാലത്തെയും നീതിവ്യവസ്ഥ.

ഗീതാജോസഫ് - ഭൂമിരാക്ഷസം അവതരണം : നാടകസൗഹൃദം
സംവിധാനം: എം.ജി. ശശി & അഡ്വ. എം. വിനോദ്

അയാൾ വരുന്നു

അയാൾ ശുക്രാചാര്യൻ

അയാൾ ആന്റപ്പൻ

അയാൾ : (പുരുഷശബ്ദം) ആരെ രക്ഷപ്പെടുത്താനാണ് നീ ഇങ്ങനെയൊരു വ്യാഖ്യാനം കൊണ്ടുവരുന്നത്?

വീണു കിടക്കുന്നവർ ഓരോരുത്തരായി എഴുന്നേറ്റ് അവരെ ശ്രദ്ധിക്കുന്നു.

സംവിധായിക : (സംശയം. ഭയം) നിങ്ങൾ, ക്രിക്കറ്റ്കളിയാണെന്ന് തെറ്റിദ്ധരിച്ച് നാടകം കാണുവാൻ വന്ന ആളല്ലേ.

അയാൾ : ഞാൻ നിന്റെ നാടകത്തിലെ ഒന്നാന്തരം ഒരഭിനേതാവായിരുന്നു എന്ന് നിനക്കറിയാം. പിന്നെങ്ങനെയാണ് ഞാൻ കാണിയാവുക.

ശിഷ്യൻ 1 : മാഷേ...

സംവിധായിക : നിങ്ങൾക്കറിയില്ല ഇയാളെ. ഇയാൾ ശബ്ദം മാറ്റി എന്നെ പറ്റിക്കാൻ നോക്കിയ ആളാണ്.

അരജ : മാഷെന്താ ഈ പറയണേ? ഇത് ആന്റപ്പേട്ടനല്ലേ. ശുക്രാചാര്യന്റെ വേഷം ചെയ്യുന്ന നമ്മുടെ ആന്റപ്പേട്ടൻ. മാഷ്ക്ക് ഇതെന്തുപറ്റി?

സംവിധായിക : (അരജയെ പിടിച്ച് മാറ്റുന്നു) മാറിനിൽക്ക് (അയാളോടടുത്ത്) സത്യം പറ. ആരാ നിങ്ങൾ?

അയാൾ : ശ്ശെന്തു ചെയ്യുംന്ന് പറ.

അരജ : മാഷേ...

സംവിധായിക : അയാളല്ലേ നിന്നെ...

അരജ : എന്നെ...?

സംവിധായിക : നീ എന്തോ പറഞ്ഞില്ലേ?

അരജ : ഞാനൊന്നും പറഞ്ഞില്ലല്ലോ.

സംവിധായിക : പറഞ്ഞു. നീ പറഞ്ഞു. ഇയാൾ നിന്നെ എന്തോ ചെയ്തെന്ന് നീ പറഞ്ഞു. ഇല്ലേ? ഇവള് പറഞ്ഞില്ലേ?

അരജ : ആന്റപ്പേട്ടൻ എന്നെ എന്ത് ചെയ്യാനാ?

എല്ലാവരും കൂടി ചിരിക്കുന്നു.

ഭൂമിരാക്ഷസം അവതരണം : നാടകസൗഹൃദം
സംവിധാനം: എം.ജി. ശശി & അഡ്വ. എം. വിനോദ്

സംവിധായിക : നിർത്ത്, എന്നെ പ്രാന്ത് പിടിപ്പിക്കാതെ. എന്തോ കുഴപ്പമുണ്ട്...

നടി : എന്റെ മാഷേ, മാഷ്ക്ക് പണ്ടേ ഇത്തിരി ഭ്രാന്തുണ്ട്.

നടൻ 1 : അതെനിക്കും തോന്നീട്ടുണ്ട്.

സംവിധായിക : (കുപിത) നിർത്തിക്കോ, ഈ നാടകം ഇവിടെ നിർത്തിക്കോ. ഞാനിത് ക്യാൻസലാക്കി.

ദണ്ഡകൻ : അതെങ്ങനെ പറ്റും. നാടകം സംഭവിച്ചു കഴിഞ്ഞില്ലേ?

ശിഷ്യൻ 2 : അല്ലെങ്കിൽ തന്നെ ഈ നാടകത്തിന് ഇനി നിങ്ങളുടെ ആവശ്യം തീരെയില്ല.

ശിഷ്യൻ 3 ഇനി ഞങ്ങളാണ് നാടകം

നടി/അരജ ഞങ്ങളാണ് അരങ്ങത്ത്. നിങ്ങൾ പുറകിലാണ്.

ശിഷ്യൻ 1 : ഏറ്റവും പുറകിൽ

അയാളും സംവിധായികയും ഒഴിച്ചെല്ലാവരും പുറകിലത്തെ തലത്തിലേക്ക് കയറി നിൽക്കുന്നു. അയാളും അവളും ശൈലീകൃതമായ ചോടുവെപ്പുകൾ, മുഖാമുഖം താളാത്മകമായി.

അയാൾ : ഇപ്പോൾ മനസ്സിലായോ? ഇവിടെ ഒരു ഗേറ്റുണ്ടായിരുന്നില്ല. ഒരു വീടും ഉണ്ടായിരുന്നില്ല. ഇതൊരു കളിക്കളമാണ്.

സ്ത്രീ : നിങ്ങളാരാണ്?

അയാൾ : ഞാൻ നിന്റെ ഭർത്താവാണ്. വാ, നമുക്ക് പോകാം.

അയാൾ സംവിധായികയെ പിടിച്ച് നിർത്തുന്നു.

സംവിധായിക : വിട്, നിങ്ങളാരാണ്?

അയാൾ : വാ, വാ, നിനക്ക് തീരെ സുഖമില്ല. സുഖമില്ലാത്തപ്പോഴൊക്കെ നീ എന്നെ അറിയില്ലെന്ന് പറയാറുണ്ട്.

(സംവിധായിക കുതറുന്നു. അയാൾ പിടിമുറുക്കി. അവർ ശക്തമായി കുതറി പിടിവിടുവിക്കുന്നു)

സംവിധായിക : ഇല്ല നുണയാണ്.

(അയാൾ തന്റെ അരയിൽ കെട്ടിയ രണ്ടാംമുണ്ടഴിച്ച് പിരിക്കുന്നു. താളാത്മകമായി അവർ ചോടുവെയ്ക്കുന്നുണ്ട്. ഉന്നം നോക്കുന്ന വലവീശുകാ

രനെപോലെ അയാൾ.)

അയാൾ : നേരെങ്ങനെയാണ് നുണയാവുക.

കയറുപോലെ പിരിച്ച മുണ്ട് അയാൾ അവരുടെ അരയിൽ കുടുക്കി. സ്ത്രീ പിടിവിടുവിക്കാൻ ശ്രമിക്കുന്നു. കഴിയുന്നില്ല.

സംവിധായിക : ഇതിൽ കുഴപ്പമുണ്ട്. ഇത് ശരിയല്ല. ആകെ പ്രശ്നമാണ്. വിശ്വസിക്കരുത്.

അയാൾ : വാ, വീട്ടിൽ പോകാം. (വലിക്കുന്നു) നിന്റെ ഉറക്കഗുളികകൾ അവിടെയാണ്. വാ... (വലിച്ചിഴയ്ക്കുന്നു)

സംവിധായിക : (രക്ഷപ്പെടാനാവില്ലെന്ന് മനസ്സിലായി. കാണികളോട്) ഒന്നും വിശ്വസിക്കരുത്. ആകെ കുഴപ്പമാണ്. സൂക്ഷിക്കണം. കുടുങ്ങും. നിങ്ങളും കുടുങ്ങും. സൂക്ഷിക്കണം.

(കർട്ടൻ......)

സ്ത്രീ

നന്ദിപൂർവ്വം

1986ൽ പട്ടാമ്പി ശ്രീനീലകണ്ഠ ഗവ. സംസ്കൃതകോളേജിലെ 'മാനുഷി' എന്ന് സ്ത്രീവിമോചനസംഘടന കേരളത്തിന്റെ തെരുവുകളിലും കുഗ്രാമങ്ങളിലും ഈ നാടകം അവതരിപ്പിച്ചു. സ്ത്രീകൾ എഴുതി, സംവിധാനം ചെയ്ത്, സ്ത്രീകൾ മാത്രം അഭിനയിച്ച ഈ തെരുവുനാടകത്തിന് വലിയ സ്വീകരണമാണ് ലഭിച്ചത്.

പാലക്കാട്, തൃശ്ശൂർ, കോഴിക്കോട്, വയനാട്, കണ്ണൂർ, കാസർഗോഡ് ജില്ലകളിൽ പലതവണ ഈ തെരുവ് നാടകം അരങ്ങേറി. സമൂഹത്തിൽ അധികരിച്ചുവരുന്ന സ്ത്രീധന പീഡനങ്ങൾക്കും കൊലകൾക്കും ആത്മഹത്യകൾക്കും, വിവാഹധൂർത്തിനുമൊക്കെ എതിരെ സമൂഹ മനസ്സാക്ഷിയെ ഉണർത്തുക എന്ന ലക്ഷ്യവുമായിട്ടാണ് 'മാനുഷി'യിലെ വിദ്യാർത്ഥിനികളും അധ്യാപികമാരും സഹയാത്രികരായ വിദ്യാർത്ഥി സുഹൃത്തുക്കളും ക്യാമ്പസ്സിൽ നിന്ന് തെരുവിലേക്കിറങ്ങിയത്. പങ്കെടുത്ത വിദ്യാർത്ഥിനീവിദ്യാർത്ഥികളും അധ്യാപികമാരും സമൂഹമധ്യത്തിൽ വെച്ച് സ്ത്രീധനം കൊടുക്കുകയോ വാങ്ങുകയോ ചെയ്യില്ലെന്ന പ്രതിജ്ഞയോടെ ആരംഭിക്കുന്ന ഈ തെരുവ് നാടകത്തിന് കിട്ടിയ ജനസമ്മതി വളരെ വലുതായിരുന്നു.

1948ൽ അന്തർജ്ജന സമാജം 'തൊഴിൽ കേന്ദ്രത്തിലേക്ക്' എന്ന വിപ്ലവനാടകം അവതരിപ്പിച്ചതിൽ പിന്നെ ആദ്യമായിട്ടാണ് സ്ത്രീകളുടെ മാത്രം മുൻകൈയിൽ ഒരു നാടകാവതരണം കേരളത്തിൽ ഉണ്ടാവുന്നത്. നമ്പൂതിരി സമുദായത്തിനകത്ത് കൊടികുത്തിവാണിരുന്ന ആൺകോയ്മയ്ക്കെതിരെയാണ് 'തൊഴിൽ കേന്ദ്രം' അരങ്ങേറിയതെങ്കിൽ, നാല് ദശകങ്ങൾക്ക് ശേഷം, സമൂഹത്തിന്റെ എല്ലാ മണ്ഡലങ്ങളിലും ഭീകരവാഴ്ച നടത്തുന്ന പുരുഷാധിപത്യത്തിനെതിരെയാണ് മാനുഷിക്ക് പൊരുതേണ്ടിവന്നത്. നൂറ് നവോത്ഥാനങ്ങൾ

സംഭവിച്ചാലും ആഴത്തിൽ വേരൂന്നിയ പുരുഷാധിപത്യ വ്യവസ്ഥയെ പറിച്ചെറിയുക വിഷമമാണ്. സാംസ്കാരികമായ ഒരു മാറ്റത്തിലൂടെ മാത്രമേ, സ്ത്രീപുരുഷ തുല്യനീതി കൈവരികയുള്ളൂ. മനുഷ്യമനസ്സുകളെ സ്പർശിക്കാൻ കഴിയുന്ന വിധത്തിൽ കലയെ ഉപയോഗിച്ചുകൊണ്ടുള്ള ബോധവൽക്കരണ പരിശ്രമം തന്നെയാണ് 'മാനുഷി' ലക്ഷ്യമാക്കിയത്. തൊഴിൽ കേന്ദ്രത്തോട് കണ്ണി ചേർന്നുകൊണ്ടാണ് 'മാനുഷി' യുടെ നാടകവും ചരിത്രത്തിന്റെ ഭാഗമായിത്തീരുന്നത്.

സ്ത്രീകളും പെൺകുട്ടികളും പൊതുമണ്ഡലത്തിൽ വളരെയേറെ അദൃശ്യരായിരുന്ന എൺപതുകളിൽ, തെരുവുകൾ തോറും ഈ നാടകം അവതരിപ്പിക്കുന്നതിന് തയ്യാറായ പെൺകുട്ടികൾക്ക് സ്വന്തം വീടുകളിൽ നിന്ന് ശക്തമായ എതിർപ്പുകളും വിലക്കുകളും ഉണ്ടായിരുന്നു. ആരോപണങ്ങളോ അപമാനങ്ങളോ മറ്റ് കഷ്ടനഷ്ടങ്ങളോ ഞങ്ങളുടെ ലക്ഷ്യത്തോളം വലുതായിരുന്നില്ല. തെരുവിൽ തീപിടിച്ച് മരിച്ച് വീഴുന്നത് സ്വന്തം മകളോ പെങ്ങളോ തന്നെയാണെന്ന് അസ്വസ്ഥതപ്പെടുന്ന കാണികളുടെ മൗനമായ പിരിഞ്ഞുപോകലായിരുന്നു ഞങ്ങളെ മുന്നോട്ട് നടത്തിച്ചത്. അവരിൽ പലരും പിരിഞ്ഞുപോവുകയല്ല, അടുത്ത കളിസ്ഥലത്തേക്ക് ഞങ്ങളെ പിന്തുടരുകയാണ് ചെയ്തത്.

തീർച്ചയായും 'സ്ത്രീകളുടെ മാത്രം മുൻകൈയെടുത്ത് തെരുവിൽ ഒരു നാടകം വിജയിപ്പിക്കുക,' അതൊന്നും എൺപതുകളിൽ എളുപ്പമായിരുന്നില്ല. ഒരുപാട് ബുദ്ധിമുട്ടുകളും ക്ലേശങ്ങളും സഹിച്ച് ഞങ്ങളോടൊപ്പം നിഴൽപോലെ കൂടെയുണ്ടായിരുന്ന യുവജനവേദി പ്രവർത്തകരായ ഞങ്ങളുടെ വിദ്യാർത്ഥി സുഹൃത്തുക്കളുടെ സഹകരണമാണ് ഈ തെരുവ് നാടകം വിജയിപ്പിച്ചത്. അതുപോലെ തെരുവുകളിലും നഗരങ്ങളിലും ഗ്രാമപ്രദേശങ്ങളിലും ഈ നാടകത്തിന് അരങ്ങാരുക്കിത്തന്ന, എല്ലാവിധ സഹായസഹകരണങ്ങളും ചെയ്തുതന്ന സ്ത്രീ വിമോചന പ്രവർത്തകർ, സാംസ്കാരിക പ്രവർത്തകർ, മാധ്യമ പ്രവർത്തകർ, യുവജനവേദി പ്രവർത്തകർ, സി.ആർ.സി സി.പി.ഐ.എം.എൽ പ്രവർത്തകർ ഞങ്ങളുടെ സുഹൃത്തുക്കൾ തുടങ്ങി ഒരുപാട് പേർ ഈ സാമൂഹികമുന്നേറ്റത്തിന്റെ പങ്കാളികളായിട്ടുണ്ട്. അവരോരോരുത്തർക്കുമായി ഞാൻ ഈ നാടകം സമർപ്പിക്കുന്നു.

തീ പിടിച്ച വസ്ത്രങ്ങളും മുടിയുമായി ആർത്തലച്ചോടിവരുന്ന ഒരു സ്ത്രീ-കോറസ് അഗ്നിയെ ചിത്രീകരിക്കുന്നു. അഗ്നിയാളി പടർന്ന് മരിച്ചുവീഴുന്ന സ്ത്രീ - കോറസ് അഗ്നിവലയമായി മെല്ലെ കെട്ടടങ്ങുന്നു.

താഴത്തും വെയ്ക്കാതെ
തലയിലും വെയ്ക്കാതെ
പോറ്റിവളർത്തീ ഞാൻ
പൊന്നാരപ്പൂമകളേ.....

(പതുക്കെ കോറസ് വൃത്തം അകന്നുമാറുമ്പോൾ അമ്മയുടെ മടിയിൽ കിടക്കുന്ന മകളുടെ ജഡം)

അമ്മയുടെ ഓർമ്മ

താഴത്തും വെയ്ക്കാതെ
തലയിലും വെയ്ക്കാതെ
പോറ്റിവളർത്തീ ഞാൻ
പൊന്നാരപ്പൂമകളേ......

കോറസിൽ നിന്ന് രണ്ടുപേർ സ്റ്റേജിനു നടുവിലേക്ക് വന്ന് ജഡത്തിനു മീതെ ഒരു വെള്ള വിരിപ്പ് - സ്ത്രീക്കുപചാരം

കോറസ് 1,2 : (മുന്നോട്ട് വന്ന് സെന്റർ സ്റ്റേജിൽ)

നമ്മുടെ കാലഘട്ടത്തിലെ ഒരു സാധാരണ മരണം.

കോറസ് 3,4 : ഭർത്താവിന്റെ നിരന്തര പീഡനങ്ങളുടെ പരിസമാപ്തി.

കോറസ് 5,6 : ഇത് അനീതിയാണെന്ന് പോലും നാം കരുതുന്നില്ല.

കോറസ് : ഇത് ഒഴിവാക്കാമായിരുന്നു.

കോറസ് ഒന്നിച്ച് : മരണപ്പെട്ട ആ സ്ത്രീ എല്ലാവരോടും അഭയം ചോദിച്ചിരുന്നു.

കോറസ് 2 : സ്ത്രീധനത്തിന്റെ പേരിൽ ഭർത്താവ് അവളെ ക്രൂരമായി മർദ്ദിച്ച ഒരു ദിവസം.

കോറസ് 5 : പൊട്ടിക്കരഞ്ഞുകൊണ്ട് അവൾ സ്വന്തം മാതാപിതാക്കളുടെ അടുത്ത് ഓടിച്ചെന്നു.

(കോറസ് ചലനം- വീടിന്റെ ഫോർമേഷൻ)

(അച്ഛൻ, അമ്മ, സഹോദരൻ)

അമ്മ : എന്ത്യായാലും അവൻ നെന്റെ ഭർത്താവാണ്.

അച്ഛൻ : കൊടുത്ത വീട്ടീന്ന് ഓടിപ്പോരേ...? ദൊക്കെ കുടുംബത്തിന് മോശമാണ്.

സഹോദരൻ : ആണുങ്ങള് തല്ലും... കുത്തും... കൊന്നൂന്നും വരും. പെണ്ണുങ്ങളാ ക്ഷമിക്കണ്ടത്. മാനക്കേടുണ്ടാക്കാതെ തിരിച്ചുപോ...

(അമ്മ നടുങ്ങിയെണീക്കുന്നു.)

സ്ത്രീ : അവരെന്നെ കൊല്ലും!

അമ്മയുടെ കാൽക്കൽ വീഴുന്നു. പതുക്കെ മകളെ തന്നോട് ചേർത്തു നിർത്തുന്ന അമ്മ. കൈ പിടിച്ചു വലിക്കുന്ന സഹോദരൻ.

ഒരു വശത്ത് കോറസ്. തള്ളിയും വലിച്ചും അവളെ കൊണ്ടുപോകുന്നു. അവളുടെ നിലവിളി....

അമ്മ മാത്രം യാചിക്കുന്ന കൈകളോടെ...

താഴത്തും വെയ്ക്കാതെ
തലയിലും വെയ്ക്കാതെ
പോറ്റിവളർത്തീ ഞാൻ
പൊന്നാരപ്പൂമകളേ...

(ഒരു കോണിൽ നിന്ന് ഒന്നിച്ചോടിവന്ന് ചിതറുന്ന കോറസ്)

കോറസ് 1 : അതാണല്ലോ നമ്മുടെ നിയമം!

അടീം കുത്തും സഹിച്ച് അടങ്ങിയൊതുങ്ങി കഴിയുന്നവൾ മാത്രമേ ഉത്തമ സ്ത്രീയാവൂ എന്ന്!

കോറസ് 4 : സ്വന്തം വീട്ടുകാരുപേക്ഷിച്ചാൽ മറ്റെവിടെ പോവാനാ?

അവൾ പിന്നെയും കെട്ടിച്ചയച്ച വീട്ടിലെത്തി.

കോറസ് 5 : എന്നാൽ അവിടെ സ്വൈര്യണ്ടായോ..?

(കോറസിന്റെ ചലനം)

പണ്ടം, പണം, പാത്രം... പണ്ടം, പണം, പാത്രം....

(സ്പീഡ് മൂവ്മെന്റ്)

സ്ത്രീ : എന്റെ കയ്യിലൊന്നൂല്ല്യാ.... എന്നെ കൊല്ലല്ലേ...

(വീഴുന്നു) സ്നേഹിത പ്രവേശിക്കുന്നു.

പിടിച്ചെഴുന്നേല്പ്പിച്ച്

സ്നേഹിത : എന്തിനിങ്ങനെ തല്ല് കൊള്ളുന്നു. നിനക്ക് പൊലീസിൽ പരാതിപ്പെട്ടുകൂടെ..?

സ്ത്രീ : പൊലീസിലോ..?

സ്നേഹിത : എത്ര കാലായി നീ തല്ലുകൊള്ളാൻ തുടങ്ങിയിട്ട്! ഇവിടെ നീതീം നിയമോം ഒക്കെണ്ട്.

സ്ത്രീ : പൊലീസിൽ നിന്ന് എനിക്ക് നീതി ലഭിക്കുമോ?

കോറസ് : (കോമിക്ക് ആക്ഷൻ) സാധുസ്ത്രീകളുടെ അതിമോഹം കണ്ടില്ലേ? പൊലീസിൽ നിന്ന് നീതി ലഭിക്കുമെന്ന്...!

(കോറസ് ആക്ഷൻ)

കോറസ് : ഇര കാക്കുന്ന കഴുകന്റെ കനൽകണ്ണുകളുമായി കൊതിവെള്ളമൂറുന്ന ചുവന്ന നാക്കുമായി, മൂർച്ച കൂട്ടി മൂർച്ച കൂട്ടി രാകിവെച്ച നഖങ്ങളുമായി

(ഫോർമാഷൻ) അവരവിടെ... കാത്തിരിക്കയാവും...

(ഫോർമഷൻ അയയുന്നു)

(സ്ത്രീയും സ്നേഹിതയും പിന്തിരിഞ്ഞുപോവുന്നു.)

പൊലീസ് സ്റ്റേഷൻ: സ്ത്രീകളെ കണ്ട് കുരയ്ക്കുന്ന, കിതയ്ക്കുന്ന, ശൃംഗാരത്തോടെ എഴുന്നേൽക്കുന്ന പൊലീസുകാർ

കോറസ് : കുടുംബത്തിനകത്തെ നിസ്സാരപ്രശ്നങ്ങൾ പൊലീസ് സ്റ്റേഷനിലേക്ക് വലിച്ചിഴയ്ക്കാതെ ഒതുക്കിത്തീർത്തുകൂടെ..?

സ്ത്രീ : അയാളെന്നെ കൊല്ലും.

കോറസ് 5 : അതു ചുമ്മാ! കാണാനത്ര തരക്കേടില്ലാത്ത, നിന്നെ. ഭർത്താവ് (കോറസ് 4 ചുറ്റി നടന്ന് നോക്കുന്നു.) അങ്ങനെയങ്ങ് കൊന്നുകളയുമോ..? ങ്ഏ...? ങ്ഊം. (താടിക്ക് പിടിക്കുന്നു... സ്ത്രീ നടുങ്ങുന്നു.)

പൊലീസ് 4 : വാ... വാ.. ഞാൻ നിന്നെ വീട്ടിൽ കൊണ്ടാക്കാം.

കൈ പിടിക്കുന്നു. സ്ത്രീ കുതറുന്നു.

പൊലീസ്1 : ങ്ഹാ, ഇങ്ങനെ കുതറിയാലോ..?

പിടിക്കാനായുന്നു. പൊലീസ് തടുക്കുന്നു. കൈയിൽ കുടുങ്ങുന്ന സാരിത്തലപ്പ്. ഫ്രീസ്...

കോറസ് 2 : അങ്ങനെയല്ലാതെ വരുന്നതെങ്ങനെ? നമുക്കൊക്കെ അറിയാവുന്നതല്ലേ?

(പ്ലക്കാർഡ്സ്, തങ്കമണി, കോങ്ങാട്, കീഴ്മാട്, കൽപ്പറ്റ, കൊടുങ്ങല്ലൂർ)

ദ്രുതചലനത്തിൽ പെട്ടെന്ന് സ്ത്രീ കുതറുന്നു. (കോറസ് സെമി സർക്കിൾ)

കോറസ് : കഷ്ടം! അങ്ങനെ കുതറിയോടുമ്പോൾ ഭർത്താവിന്റെ അടിയും ഇടിയും കൊണ്ട് അവളുടെ ഇടത്തെ കണ്ണ് വീങ്ങിയിരുന്നു. ഒരു പല്ല് തെറിച്ചുപോയിരുന്നു. മേലാസകലം നീറുന്ന മുറിവുകളായിരുന്നു. വിശപ്പു കൊണ്ടും ദാഹം കൊണ്ടും അവൾ വലഞ്ഞിരുന്നു. ഇപ്പോഴാകട്ടെ, അപമാനം കൊണ്ട് അവളുടെ ഹൃദയം എരിയുന്നു.

അമ്മ : (കോറസിന് നടുവിലൂടെ കടന്നുവരുന്നു)

താഴത്തും വെയ്ക്കാതെ
തലയിലും വെയ്ക്കാതെ
പോറ്റിവളർത്തീ ഞാൻ
പൊന്നാരപ്പൂ മകളേ....

എന്റെ മോള് എന്ത് തെറ്റ് ചെയ്തു? ഇത്ര്യാക്കെ തല്ലുകൊണ്ടാൽ ആണുങ്ങളായാലും പൊലീസ് സ്റ്റേഷനിൽ പരാതിപ്പെടില്ലേ? എന്നിട്ടും എന്റെ കുട്ടി പുറത്തിറങ്ങിയപ്പോ. നിങ്ങളൊക്കെ അവളെ എത്ര ദ്രോഹിച്ചു?

പോകുന്നു.

കോറസ് : അമ്പടീ... (മൂക്കത്ത് വിരൽ വെയ്ക്കുന്നു)

കോറസ് : എന്നാലും സ്വന്തം ഭർത്താവിനെതിരെ കേസ് കൊടുത്തോളാ അവള്.

കോറസ് : മാനം കെട്ടോള്. ഭയങ്കരീ...!

കോറസ് : ഇതാണ് നമ്മുടെ സമൂഹത്തിന്റെ നീതി നിയമങ്ങൾ. സ്ത്രീക്ക് നീതി ലഭിക്കണമെന്ന് നമുക്ക് ചിന്തിക്കാൻ പോലും കഴിയാത്തത് ഇത്തരം കപടസദാചാര ബോധം കൊണ്ടല്ലേ...?

കോറസ് : അതങ്ങനെയാകട്ടെ, നമുക്കീ സദാചാരബോധമൊക്കെ ഉണ്ടാക്കിത്തരുന്ന മതപുരോഹിതമാരുടെ അടുക്കൽ അവൾ അഭയം തേടിച്ചെന്നപ്പോഴോ...?

മതത്തിന്റെ സിംഹാസനം

(മുട്ടുകുത്തി യാചിക്കുന്ന സ്ത്രീ)

പുരോഹിതൻ: കൗമാരത്തിൽ പിതാവും
യൗവനത്തിൽ ഭർത്താവും
വാർദ്ധക്യത്തിൽ പുത്രനും
നിന്നെ രക്ഷിക്കുന്നു.

നഃ സ്ത്രീ സ്വാതന്ത്ര്യമർഹതി...
ഓം.... ശാന്തി... ശാന്തി... ശാന്തി......

കോറസ് : അന്യമതങ്ങളും വ്യത്യസ്തമല്ല.

ക്രിസ്തീയ
പുരോഹിതൻ: പിതാവിന്റെയും പുത്രന്റെയും പരിശുദ്ധ ആത്മാവിന്റെയും നാമത്തിൽ ആമേൻ...

(ചവിട്ടാനോങ്ങുന്നു.)

മുസ്ലീം
പുരോഹിതൻ: അള്ളാഹു, അക്ബർ..... (ചവിട്ടാനോങ്ങുന്നു)

കോറസ് 1 : സ്ത്രീയായാലും പുരുഷനായാലും മർദ്ദിക്കപ്പെടുന്നവരുടെ കൂടെ നിൽക്കാത്ത ദൈവത്തെപ്പറ്റി പഠിപ്പിക്കുന്നത് അനീതിയല്ലോ

കോറസ് : പീഡനങ്ങളും മർദ്ദനങ്ങളും സഹിച്ചു സഹിച്ച് നിശ്ശബ്ദം മരിച്ചുവീഴുന്നതുവരെ, ഉത്തമ സ്ത്രീയായിരിക്കാൻ വേണ്ടി നമ്മുടെ സ്ത്രീകൾ പാടുപെടേണ്ടതുണ്ടോ?

കോറസ് : അപമാനിതയായ ആ സ്ത്രീയോട് അവളുടെ സ്നേഹിത വീണ്ടും ഇങ്ങനെ ഉപദേശിച്ചു.

സ്നേഹിത : ആരേയുമാശ്രയിക്കാതെ നിനക്ക് ജീവിച്ചുകൂടേ..?

സ്ത്രീ : ഞാനെങ്ങനെ ജീവിക്കും? എനിക്ക് പണമില്ല. ഒരു തൊഴിലില്ല, തൊഴിൽ നേടാനുള്ള പഠിപ്പില്ല, കൂലിപ്പണിയെടുത്ത് കഴിയാമെന്ന് വെച്ചാലും മാനമായി ഒറ്റയ്ക്ക് ജീവിക്കാൻ ഈ സമൂഹം അനുവദിക്കില്ല. ഞാനെന്തുചെയ്യും?

(തേങ്ങിക്കരയുന്നു.)

കോറസ് : ശരിയാ ഒറ്റയ്ക്ക് ജീവിക്കുന്ന ഒരു യുവതിയെ നാം വെറുതെ വിടുമോ?

കോറസ് : ഒന്നുകിൽ ഭാര്യ. അല്ലെങ്കിൽ വേശ്യ. അതുരണ്ടുമല്ലാതെ അന്യസ്ത്രീയെ നമുക്ക് കാണാൻ വയ്യല്ലോ.

കോറസ് : (മുഴുവനും)

എല്ലായിടത്തുനിന്നും നീതി നിഷേധിക്കപ്പെട്ട് നിയമപീഠംപോലും ഉപേക്ഷിച്ച് അവൾ വീണ്ടും ഭർത്തൃഗൃഹത്തിലേക്ക് മടങ്ങി.

ഭർതൃഗൃഹം

ഭർത്താവ് : വാഗ്ദാനം ചെയ്ത രൂപയെവിടെ?

കോറസ് : തരാമെന്നോതിയ പണമെവിടെ?

(കൂടുതൽ അടുത്ത്) അച്ഛന്റെ സ്വത്തിന്നവകാശമെവിടെ?

കൊണ്ടുവാ... കൊണ്ടുവാ....

കൊണ്ടുവാ...... (തീയിടുന്നു)

ആളുന്ന അഗ്നിയുടെ നടുവിൽ നിന്ന് മകളെ മടിയിലേന്തിയ അമ്മയുടെ ദൃശ്യം.

കോറസ് : നമ്മുടെ കാലഘട്ടത്തിലെ ഒരു സാധാരണ സംഭവം. ഇന്നിത്തരം മരണങ്ങൾ നമുക്കൊരു വാർത്ത പോലുമല്ലാതായിരിക്കുന്നു.

കോറസ് : കാരണം വാർത്തകൾ അത്രയേറെ സുലഭമാണ്.

പ്ലക്കാർഡ്സ് ഉപയോഗിച്ച് ചിത്രീകരിക്കുന്നു.

1986 ജനുവരി ഒന്ന്: കൊച്ചിയിൽ പുതുവത്സരാഘോഷത്തിന്റെ പേരിൽ സ്ത്രീകൾക്ക് നേരെ നടന്ന ഹീനമായ കടന്നാക്രമണങ്ങൾ....

അപ്പപ്പാറ : അപ്പപ്പാറയിലെ ആദിവാസി സ്ത്രീകളെക്കൊണ്ട് മദ്യം കഴിപ്പിച്ച്, ആഭാസനൃത്തം ചെയ്യിച്ച്, അതു കണ്ടാസ്വദിച്ച ഉദ്യോഗസ്ഥ ദുഷ്പ്രഭുക്കൾ.

മാനാഞ്ചിറ : ഓണാഘോഷവേളയിൽ കറന്റുപോയ തക്കം നോക്കി സ്ത്രീകളുടെ മേൽ ചാടിവീണ സാമൂഹ്യദ്രോഹികൾ.

തങ്കമണി : കീഴ്മാട്, കോങ്ങാട്, ചേർത്തല, കൽപ്പറ്റ, കൊടുങ്ങല്ലൂർ...

അമ്മ : നിർത്ത്!

പെണ്ണ് കാലിച്ചന്തയിലെ കന്നല്ല. അടിമച്ചന്തയിലെ അടിമയല്ല. ഇനിയവളെ ആക്രമിക്കാൻ ആർക്കും കഴിയില്ല. സഹോദരന്മാരേ, ഇത് വെറും ലൈംഗിക ഉദ്ദേശ്യം മാത്രമല്ല. നിങ്ങളുടെ വർഗ്ഗത്തെ അടിച്ചമർത്താനുള്ള ഏറ്റവും നല്ല വഴി നിങ്ങളുടെ സ്ത്രീകളെ മാനഭംഗപ്പെടുത്തലാണ്, അതിലൂടെ നിങ്ങളെ നിഷ്ക്രിയരായ ഷണ്ഡന്മാരാക്കിതീർക്കലാണ്, അവരുടെ ഉദ്ദേശ്യം.

കോറസ് : അതുകൊണ്ട് സഹോദരിമാരേ, പണ്ടം ചുമക്കുന്ന കഴുതകളായി, അലങ്കാരക്കൂട്ടിലെ ബൊമ്മകളായി അടുക്കളയ്ക്കകത്തൊരു കരിഞ്ഞ വിറകുകൊള്ളിയായി കപടസദാചാരങ്ങളുടെ വനിതാപൊലീസായി സ്വന്തം തടവറകളിൽ കുരുങ്ങിക്കുരുങ്ങി മരിക്കാതെ പുറത്തുവരിക. പുറത്തുവരിക

(തടവറ തകർത്ത് സ്ത്രീ പുറത്തുവരുന്നു.)
സ്ത്രീ പുരുഷ സമത്വത്തിലൂടെ!
ധീരനൂതന ലോകം രചിക്കുക.

അനന്തരം അവർ ഉണർത്തുപാട്ടുപാടി ജനങ്ങൾക്കിടയിൽ ലയിക്കുന്നു.

സ്ത്രീകൾക്ക് ഒരു ഉണർത്തുപാട്ട്

ഉണർന്നെണീക്കുക സോദരീ,
ഉണർന്നെണീക്കുക സോദരീ..
പോയ നൂറ്റാണ്ടുകളുടെ തടവറ
തകർത്തെണീക്കുക സോദരീ

ചുടുന്ന കണ്ണീർച്ചാലുകളൊഴുകും
അകത്തളങ്ങൾ തോറും
വിഴുപ്പലക്കി പാത്രം കഴുകി-
ത്തുലഞ്ഞ ജന്മങ്ങൾ.

അടിമകളല്ലിനി നാം കേവല-
മടിമകളല്ലിനി നാം
ഉണർന്നെണീക്കുക സോദരീ,
ഉണർന്നെണീക്കുക സോദരീ

അസത്യവചനം ചൊല്ലീ നമ്മെ
അടിമകളാക്കിത്തീർത്തു
മതങ്ങൾ പിന്നെ വ്യവസ്ഥിതി നിയമം
കപടസദാചാരങ്ങൾ

അടിമകളല്ലിനി നാം കേവല-
മടിമകളല്ലിനി നാം.
ഉണർന്നെണീക്കുക സോദരീ
ഉണർന്നെണീക്കുക സോദരീ

അമ്മയെന്നുവിളിച്ചു നമ്മെ
സ്വർണ്ണക്കൂട്ടിലടച്ചു
ഇരുണ്ടതടവറ തോറും മുനിഞ്ഞു
മുനിഞ്ഞു കത്തീ നമ്മൾ...

അടിമകളല്ലിനി നാം കേവല-
മടിമകളല്ലിനി നാം.
ഉണർന്നെണീക്കുക സോദരീ
ഉണർന്നെണീക്കുക സോദരീ

അകത്തളത്തിൽ തെരുവിൽ, ബസ്സിൽ,
സിനിമാശാലകളിൽ,
പണിക്കളത്തിൽ പോലും നമ്മൾ
അപമാനിതരായി

അടിമകളല്ലിനി നാം കേവല-
മടിമകളല്ലിനി നാം.
ഉണർന്നെണീക്കുക സോദരീ,
ഉണർന്നെണീക്കുക സോദരീ

കാലിച്ചന്തയിൽ കന്നുകൾ പോലെ
വിൽക്കപ്പെട്ടൂ നാം.
ലേലം വിളിയിൽ പലകുറി തളർന്നു
തളർന്നുവീണു നാം.

അടിമകളല്ലിനി നാം കേവല-
മടിമകളല്ലിനി നാം.
ഉണർന്നെണീക്കുക സോദരീ,
ഉണർന്നെണീക്കുക സോദരീ

സ്വതന്ത്രമായ ചിന്തകൾ പഠനം
നമുക്കൊരാധാരം
സ്വന്തം തൊഴിലും സ്വന്തം ധനവും
നമുക്കു നേടേണം.

അടിമകളല്ലിനി നാം കേവല-
മടിമകളല്ലിനി നാം.
ഉണർന്നെണീക്കുക സോദരീ
ഉണർന്നെണീക്കുക സോദരീ

നമ്മെ ചുറ്റിയ നൂറ്റാണ്ടുകളുടെ
കള്ളച്ചങ്ങലകൾ
തകർത്തു, തടവറ തട്ടിത്തുറന്നു
പുറത്തുപോരിക നാം.
പുറത്തുപോരിക നാം.

അടിമകളല്ലിനി നാം കേവല-
മടിമകളല്ലിനി നാം.
ഉണർന്നെണീക്കുക സോദരീ
ഉണർന്നെണീക്കുക സോദരീ

ചാത്തുമ്മാന്റെ ചെരിപ്പുകൾ

'ആയിരത്തൊന്ന് രാവു'കളിലെ
'കാസിമിന്റെ ചെരുപ്പ്' എന്ന കഥയെ അവലംബിച്ച്
തയ്യാറാക്കിയ സ്വതന്ത്രനാടകം

1990, 1991 വർഷങ്ങളിൽ കേരള സംസ്ഥാന സ്കൂൾ കലോത്സവത്തിൽ ഒന്നാം സ്ഥാനം ലഭിച്ച നാടകം.

സംവിധാനം: എം.ജി. ശശി.

ആദ്യ അവതരണം: എ.യു.പി.സ്കൂൾ എഴുമങ്ങാട്.

അഭിനേതാക്കൾ: സുരേഷ്, ദീപ, ശ്രീജിത്ത്, ഷീജ, ഉണ്ണിക്കൃഷ്ണൻ, പ്രീത, കൃഷ്ണൻ

തൃശ്ശൂരിലും കോഴിക്കോടും പാലക്കാടും അതാതിടങ്ങളിലെ പ്രാദേശിക ഭാഷ പ്രയോജനപ്പെടുത്തിയാണ് രംഗാവതരണം നടത്തിയിട്ടുള്ളത്. അവതരിപ്പിക്കുന്നത് ഏതുദേശത്തിലായാലും അവിടുത്തെ ഭാഷ സ്വീകരിക്കുന്നത് നാടകത്തിന്റെ ജനകീയതയ്ക്കും സംവേദനത്തിനും സഹായകരമായിരിക്കും.

കുട്ടികൾ തീവണ്ടി കളിക്കുന്നു. മറിഞ്ഞ് വീഴുന്നു. പരസ്പരം വഴക്കടിക്കുന്നു. പുറത്തുനിന്ന് ശകാരം കേൾക്കുന്നു

"മതി, മതി കളിച്ചത്. ഇള്ളക്കുട്ട്യോളാന്നാ വിചാരം. ആങ്കുട്ട്യോളും പെങ്കുട്ട്യോളും കൂടി. ഉം മതി കളിച്ചത്. വീട്ട്പോ."

ആൺപെൺസംഘങ്ങൾ ഭയന്ന് രണ്ട് വഴിക്ക് പോകാൻ തുടങ്ങുന്നു. പെട്ടെന്ന്

സംഘം : യ്യേ, നാറീട്ട് വയ്യ. യ്യേ നാറീട്ട് വയ്യ.

കുട്ടികൾ നാറ്റത്തിന്റെ കാരണമെന്തെന്ന് തിരയുന്നു. അകലെ ഒരു പട്ടി എന്തോ കടിച്ചുകൊണ്ടോടുന്നത് കാണുന്നു.

"അതാ... ഒരു പട്ടി."

"അതിന്റെ വായേലെന്താ...?"

"അതൊരു ചെരുപ്പാ."

"ചെരുപ്പോ..!!"

"ആ, ചെരുപ്പന്നെ."

"മ്മക്ക് അത് പോയെടുക്കാം."

"ആ..."

കുട്ടികൾ ചെരുപ്പെടുക്കാൻ ഓടുന്നു. തിരികെ ചെരുപ്പുയർത്തി പിടിച്ചുകൊണ്ട് രംഗത്തെത്തുന്നു.

"ഒത്തുപിടിച്ചോ... ഐലസാ...

മലയും പോരും ഐലസാ..."

ആർപ്പുവിളിച്ച് രംഗത്തെത്തുന്നു.

"ചാത്തുമ്മാന്റെ ചെരുപ്പ്!"

അത് ചാത്തുമ്മാന്റെ ചെരുപ്പാണെന്ന് കുട്ടികൾ തിരിച്ചറിയുന്നു. അവരിൽ ഭയം, അത്ഭുതം, പരിഹാസം

"പാവം ചാത്തുമ്മാൻ ചത്തുപോയി."

ചത്തുപോയി. (സംഘം ആവർത്തിക്കുന്നു)

''പൊഴേല് ചാടീട്ടാത്രെ ചത്തത്.''

''അല്ലല്ല, ഇന്റച്ഛൻ പറഞ്ഞൂലോ. ആരോ തച്ച് കൊന്ന താണ്.''

''അല്ലല്ല. അല്ലല്ല... അല്ലല്ല...

തർക്കം നടക്കുന്നു. വീണ്ടും ശ്രദ്ധ ചെരുപ്പിലേക്ക് ഭയന്ന് നിൽക്കുന്നു.

''ചാത്തുമ്മാന് ഭ്രാന്തായിരുന്നു.''

ഭ്രാന്ത് പിടിച്ച്, ഭ്രാന്ത് പിടിച്ച്, ഭ്രാന്തുപിടിച്ച് ചാത്തു മ്മാൻ ചത്തു.

ഒന്നാമൻ : ചാത്തുമ്മാന്റെ കഥ മുത്തശ്ശി, യ്ക്ക് പറഞ്ഞു തന്ന് ണ്ടല്ലോ.

കഥകേൾക്കാൻ ചുറ്റും കൂടുന്ന സംഘം

ഈ ചെരുപ്പു കാരണാത്രെ ചാത്തുമ്മാന് ഭ്രാന്ത് പിടി ച്ചത്. ഈ ചെരുപ്പ് കാരണാത്രെ ചാത്തുമ്മാൻ ചത്തത്.

ഒരു കുട്ടി ചെരുപ്പെടുത്ത് ഉയർത്തി പരിശോധിച്ചുകൊണ്ട്

എത്ര ആണ്യാ ഇദ്മ്പില്!!

മറ്റൊരാൾ അത് പിടിച്ചുവാങ്ങിക്കൊണ്ട്

വല്ല്യ വല്ല്യ തുരുമ്പ് പിടിച്ച ആണ്യോള്...!!

മൂന്നാമതൊരാൾ അത് വാങ്ങുന്നു.

എന്തൊരു കനാ ഇതിന്...!!

ചത്തുചീർത്ത പെരുച്ചാഴിടന്തിണ്ട്... നാറീട്ടും വയ്യ.

സംഘം : ഇത് ചാത്തുമ്മാന്റെ മുത്തശ്ശന്റെ മുത്തശ്ശന്റെ... മുത്ത ശ്ശന്റെ.... പാരമ്പര്യായിട്ട് കിട്ടീതാത്രെ!

ഒന്നാമൻ : ചാത്തുമ്മാൻ ചത്തത് എങ്ങന്യാന്ന് നിങ്ങൾക്ക റിയ്യ്യോ? ഈ ചെരുപ്പ്, ഏറ്റിനടന്ന് നടന്ന്, നടന്ന്, ഭ്രാന്ത് പിടിച്ച്, ഭ്രാന്ത് പിടിച്ച്... അവസാനം പൊഴേൽ ചാടി.

സംഘം : (തർക്കിക്കുന്നു) അല്ലല്ലാ.. ആരോ തച്ച് കൊന്നതാ. അല്ലല്ലാ... അല്ലല്ലാ.

ഒന്നാമൻ : അല്ലല്ലാ... ചാത്തുമ്മാന്റെ കഥ, ഞാൻ പറയാം. ഒരു ദിവസം ചാത്തുമ്മാൻ....

(ചെരുപ്പ് കഴുത്തിലണിഞ്ഞ് ഒന്നാമൻ ചാത്തുമ്മാനാകുന്നു.)

സംഘം : ചാത്തുമ്മാൻ.... ചാത്തുമ്മാൻ...

ചാത്തുമ്മാൻ : ഒരുദിവസം... ചാത്തുമ്മാന് കച്ചവടത്തില് തക്കിട തരികിട....

സംഘം : കച്ചവടത്തില് തക്കിടതരികിട

ചാത്തുമ്മാൻ : ചാത്തുമ്മാന് കോള് കിട്ടീ

സംഘം : (താളത്തിൽ ചുവട് വെക്കുന്നു.)

''കോള് കിട്ടീ നല്ല കോള് കിട്ടീ...

ചാത്തുമ്മാനൊരു കോളുകിട്ടീ.'

''കോളുകിട്ട്യാല് യ്യെന്താ ചെയ്യാ..?''

''ഞാനോ! ചെലവ് ചെയ്യും....''

''കടലമിഠായി വാങ്ങിത്തിന്നും''

''എന്നാലേയ്, നമ്മടെ ചാത്തുമ്മാൻ അതൊന്നും ചെയ്ത്ല്യാ. കോള് കിട്ടീതായിട്ട് നടിച്ചതും ഇല്ല്യാ...''

ചാത്തുമ്മാൻ : ഒക്കെ തട്ടകത്തമ്മേടെ കാരുണ്യാണ്. അമ്പലം വരെ ഒന്ന് പൂവ്വാം. അതിനാച്ചാ വല്ല്യ ചെലവും ഇല്ലല്ലോ....

സംഘം ചാത്തുമ്മാനെ കളിയാക്കുന്നു. പിന്നീട് അമ്പലമായി മാറുന്നു. ചാത്തുമ്മാൻ അമ്പലത്തിലേക്ക് - ആചാരപൂർവ്വം ചെരുപ്പഴിച്ചുവെച്ച് പ്രാർത്ഥിക്കുന്നു.

ചാത്തുമ്മാൻ : അമ്മേ ഭഗവതീ, അനുഗ്രഹിക്കണേ. പുത്യെ ഒരു ചെരുപ്പ് തരണേ ന്റെ കുട്ട്യോൾക്കും അവരുടെ കുട്ട്യോൾക്കും അവരുടെ കുട്ട്യോൾക്കും ഇട്ട് നടക്കാൻ പുത്യൊരു ചെരുപ്പ് തരണേ. ദേവീ... അനുഗ്രഹിക്കണേ...

ചാത്തുമ്മാൻ സാഷ്ടാംഗം നമസ്കരിക്കുന്നു. അമ്പലത്തിൽ രൂക്ഷമായ നാറ്റം അനുഭവപ്പെടുന്നു. ദേവിക്കും പരിചാരകർക്കുമൊക്കെ നാറുന്നു. ഒരാൾ നാറുന്ന ചെരുപ്പ് തോണ്ടി ദൂരെക്കളയുന്നു. നാട്ടുപ്രമാണിയും മിന്നുന്ന ചെരുപ്പ് കഴുത്തിലിട്ട് നടക്കുന്ന ദേഹവുമായ വല്യമ്മാൻ അമ്പലത്തിലേക്ക് വരുന്നു. ആചാരപൂർവ്വം സ്വർണ്ണച്ചെരുപ്പ് അഴിച്ച് ചാത്തുമ്മാന്റെ ചെരുപ്പിരുന്ന സ്ഥാനത്ത് വെക്കുന്നു. പ്രാർത്ഥിക്കുന്നു.

വല്ല്യമ്മാൻ : അമ്മേ ഭഗവതീ... അനുഗ്രഹിക്കണേ... ന്റെ പുതുപുത്തൻ ചെരുപ്പോൾക്ക് ഒരു കേടും വരാതെ നോക്കണേ... ദേവീ...അനുഗ്രഹിക്കണേ...

വല്ല്യമ്മാൻ സാഷ്ടാംഗം നമസ്കരിക്കുന്നു.

ചാത്തുമ്മാൻ പ്രാർത്ഥന കഴിഞ്ഞ് പുറത്തേക്ക്. തന്റെ ചെരുപ്പിന്റെ സ്ഥാനത്ത് പുത്തൻ ചെരുപ്പ് കാണുന്നു.

ചാത്തുമ്മാൻ : എന്താദ് കഥ! പുത്യെ ചെരുപ്പ്!!! പ്രാർത്ഥിച്ച്ങ്ങട്ട് തിരിഞ്ഞപ്പോഴേക്കും കനിഞ്ഞ് തര്ാ ദേവീ... സന്തോഷായി... സന്തോഷായി... നന്നായി... നന്നായി...!

ദൈവാനുഗ്രഹത്താൽ കിട്ടിയതാണെന്ന ധാരണയില് വല്ല്യമ്മാന്റെ പുതിയ ചെരുപ്പെടുത്ത് പോകുന്നു.

വല്ല്യമ്മാൻ പ്രാർത്ഥന കഴിഞ്ഞ് പുറത്തേക്ക്

വല്ല്യമ്മാൻ : എവ്ടെ.. എവ്ടെന്റെ ചെരുപ്പ്?

സംഘം : വല്ല്യമ്മാന്റെ ചെരുപ്പ്
'മലായ് ചെരുപ്പ്'
'മിന്നണ ചെരുപ്പ്'
'സെന്റ് മണക്കണ ചെരുപ്പ്'

വല്ല്യമ്മാൻ : എവ്ടേ... എവ്ടേ...

സംഘം : എവ്ടേ...

സംഘം ഓടിപ്പോയി ചാത്തുമ്മാന്റെ ചെരുപ്പുമായി വരുന്നു.

വല്ല്യമ്മാൻ : ഛീ... കൊണ്ടുപോ... ന്റെ ചെരുപ്പ് പത്തുമിനിറ്റിനകം ഇവിടെ എത്തിച്ചില്ലെങ്കിൽ... കൊണ്ടുപോ...

സംഘം : ഇതാ പിശുക്കൻ ചാത്തൂന്റെ ചെരുപ്പല്ലേ..? അമ്പമ്പോ...!!! വല്ല്യമ്മാന്റെ ചെരുപ്പിനോടാണോ കളി..!!! ഇപ്പോ കൊണ്ടരാം... ചാത്തൂനേം കൊണ്ടരാം... ചെരുപ്പിനേം കൊണ്ടരാം... ഒക്കെ കൊണ്ടരാം...

വല്ല്യമ്മാനും സംഘവും പോകുന്നു.

സംഘം തൊണ്ടി മുതൽ സഹിതം ചാത്തുമ്മാനെ കോടതിയിലേക്ക് കൊണ്ടുവരുന്നു. ചാത്തു പ്രതിക്കൂട്ടിലാവുന്നു.

സംഘം : ഏമാനെ, ദാ ആ കള്ളക്കോസാമി ചെരുപ്പുകള്ളൻ

ചാത്തുമ്മാൻ : ഏമാനേ, അടിയൻ കട്ടതല്ല. തട്ടകത്തമ്മ കനിഞ്ഞു തന്നതാണ്.

സംഘം : നുണ! പെരും നുണ!!
വല്ല്യമ്മാന്റെ ചെരുപ്പ് കട്ടിട്ട്, ചപ്ലീസ് ചെരുപ്പ് പകരം വെച്ചില്ല്യേ...?

ന്യായാധിപൻ: പകരം വെച്ച ചെരുപ്പ് എവടേ...?

(ഒരാൾ നാറുന്ന ചെരുപ്പ് എടുത്തുകൊണ്ടുവരുന്നു.)

ഇതിന് എത്ര നൂറ്റാണ്ട് പഴക്കം കാണും..?

ചാത്തുമ്മാൻ : അടിയന് അറിയില്ല്യ. അടിയന്റെ, അച്ഛന്റെ അച്ഛന്റെ അച്ഛന്റെ അച്ഛന്റെ...

സംഘം : അച്ഛന്റെ ച്ഛന്റെ ച്ഛന്റെ ച്ഛന്റെ... ഹഹ... ഹ... ഹ... ഹ......

ചാത്തുമ്മാൻ : തറവാട്ട് സ്വത്താ... പൈതൃകായിട്ട് കീട്ടിയതാ....

ന്യായാധിപൻ: ഇത്രേം പഴക്കമുള്ള വസ്തു കൈവശം വെച്ചതേ തെറ്റ്. ഇത് പുരാവസ്തുവകുപ്പിന് അവകാശപ്പെട്ട താണ്. എന്നാലും ഇതിന്റെ നാറ്റം, ഇതിനെ ഏറ്റെ ടുക്കാൻ സമ്മതിക്കുന്നില്ല. വല്ല്യമ്മാന്റെ ചെരുപ്പ് കട്ടത് അതിലും ഭയങ്കര തെറ്റ്. രണ്ട് കുറ്റത്തിനും കൂടി ഇയാളെ കയ്യാമം വെച്ച് ജയിലിലിലടക്ക്... രണ്ടു കൊല്ലം അവടെ കെടക്കട്ടെ....

ചാത്തുമ്മാൻ നിലവിളിക്കുന്നു. കോടതി പിരിയുന്നു. വല്ല്യമ്മാൻ സ്വർണ്ണ ചെരുപ്പ് തിരിച്ചെടുക്കുന്നു. ചാത്തുമ്മാനെ ജയിലിലേക്ക് കൊണ്ടുപോകാൻ പൊലീസുദ്യോഗസ്ഥന്മാർ വരുന്നു.

പൊലീസ് : രക്ഷപ്പെടണംന്ന്ണ്ടോ...?

ചാത്തുമ്മാൻ : വേണം. യ്ക്ക് ജയിലില് കെടക്കാൻ വയ്യ. യ്ക്ക് പേട്യാണേയ്..!

പൊലീസ് : പൂത്ത പണല്ല്യേ കയ്യില്... ആയിരം കൊണ്ടാ...

ചാത്തുമ്മാൻ : ന്റെ കയ്യില് ഒരു ചില്ലിക്കാശല്ല്യാ..

പൊലീസ് : ന്നാ നടന്നോ ജയിലിലേക്ക്... നെന്നെ ഇഞ്ചിഞ്ചായി ചതച്ചോളാം... ഉഴിച്ചിലും... പിഴിച്ചിലും... ധാരേം... കൊഴമ്പും . ഒക്കെണ്ടവടെ...

ചാത്തുമ്മാൻ : ന്നെ വിട്ടയയ്ക്കണേ... അഞ്ഞൂറ് പോരേ.....

പൊലീസ് : പോരാ. എട്ക്ക് പണം...

ചാത്തുമ്മാൻ പണം കൊടുക്കുന്നു. തളർന്നിരിക്കുന്നു. പൊലീസുകാർ ചാത്തുമ്മാനെ നാറുന്ന ചെരുപ്പ് അണിയിക്കുന്നു. പൊലീസുകാർ പോകുന്നു. ചാത്തുമ്മാൻ നാറുന്ന ചെരുപ്പെടുത്ത് നോക്കുന്നു. ദേഷ്യം, സങ്കടം, തറയി ലിട്ടു ചവിട്ടുന്നു... വടിയെടുത്ത് തല്ലുന്നു. സംഘം വരുന്നു.

ചാത്തുമ്മാൻ : (ചെരുപ്പിനോട്) തൊലച്ചില്ല്യേന്റെ ആയിരം. നെന്നെ ഞാൻ പൊഴേലിക്ക് വലിച്ചെറിയും.

(പുഴയിലേക്ക് ചെരുപ്പ് വലിച്ചെറിയുന്നു. ബ്ളും.)

സംഘം പുഴയാവുന്നു. പുഴയിൽ മീൻ പിടിക്കുന്ന മുക്കുവർ

സംഘം : ''ഇന്നൊരു പൊടിമീനും തടയണ ലക്ഷണല്ല്യല്ലോ''

''ഇന്നലേം അടുപ്പില് തീ പൂട്ടീട്ടില്ല.''

''എല്ലാരും കൂടി ഒന്നും കൂടി ശ്രമിക്ക്...''

വലയെറിയുന്നു. നല്ല ഭാരം. വല വലിച്ചുകേറ്റുന്നു. വലയഴിക്കുമ്പോൾ വലയിൽ ചാത്തുമ്മാന്റെ ചെരുപ്പ്.

സംഘം : ''ഛീ.. ഇതാ പിശുക്കൻ ചാത്തൂന്റെ ചെരുപ്പല്ലേ...''

''ഇതിന്റെ ആണികൊണ്ട്ട് വല മുഴ്വോനും കീറി പ്പൊളിഞ്ഞൂലോ...''

''എന്തൊരക്രമാദ്. ആ കള്ളക്കോസാമീനെ ഒരു പാഠം പഠിപ്പിക്കണം.''

''എട്ക്ക് ആ പാളച്ചെരുപ്പ്.''

മുക്കുവർ ചാത്തുമ്മാനെ തെരഞ്ഞുപോകുന്നു.

ചാത്തുമ്മാന്റെ കട- ചാത്തുമ്മാൻ കൈയിൽ തുലാസുമായി വരുന്നു.

ചാത്തുമ്മാൻ : എന്താ വേണ്ട്...? പഞ്ചസാര്യോ.... തരാലോ.. പഞ്ചസാര യ്ക്കൊക്കെ ഇപ്പോ വല്ല്യ വെലയാണ്. ന്നാലും കൊറച്ച് തരാം.

എന്താ വേണ്ട്... ഡീസലോ..? അതിനിത് ഡീസല് പീടിക അല്ലല്ലോ... എന്താ വേണ്ട്...? മൊളകോ..? അവിടെ ധൃതിക്കൂട്ടാതിരിക്കിൻ ഒരാളല്ലേയുള്ളൂ പീട്യേല്... എന്താ വേണ്ട്...? സോപ്പോ..? തരാലോ..

മുക്കുവർ വരുന്നു. ചാത്തുമ്മാനെ കാണുന്നു.

സംഘം : ''അതാ.. അതാ...''

''അതാ ആ കള്ളക്കോസാമീ....'

''എറിയടാ അവനെ.''

(എറിയുന്നു.)

ചാത്തുമ്മാൻ : അയ്യോ എന്റെ തല... ന്റെ ഭരണീ.... ന്റെ ചില്ല്... അയ്യോ..

ചാത്തുമ്മാൻ തളർന്ന് വീഴുന്നു. മുക്കുവർ ചെരുപ്പ് ചാത്തുമ്മാന്റെ തല യിൽ വെയ്ക്കുന്നു. പോകുന്നു.

ചാത്തുമ്മാൻ : (ചെരുപ്പുകളെ നോക്കി) ധൂമകേതോളേ... ങ്ങള്ന്റെ ഒടുക്കം കണ്ടേ അടങ്ങൂല്ലേ.. ന്റെ കട മുഴ്വോൻ ങ്ങള് നശിപ്പിച്ച്ല്ലേ...? പൊഴേലിക്കങ്ങട്ട് വലിച്ചെറിഞ്ഞിട്ട് തിരിച്ചിങ്ങട്ട് വന്ന്ട്ട് നെഞ്ഞത്തക്കങ്ങട്ട് കേറ്വാച്ചാൽ എന്താ സ്ഥിതി..? പാരമ്പര്യായിട്ട് കിട്ട്യ ഒരു സൗഭാഗ്യേ... നെന്നെ ഞാൻ കുഴികുത്തി കുഴിച്ചിടും.

ചാത്തുമ്മാൻ കുഴി കുഴിക്കുന്നു. ഒളിഞ്ഞുനോക്കുന്ന ജനങ്ങൾ

നിധിയാ.... നിധിയാ...!!

ചാത്തുമ്മാൻ ചെരുപ്പ് കുഴിയിലിട്ട് മൂടുന്നു. ആശ്വസിക്കുന്നു.

ചാത്തുമ്മാൻ: അവടെ കെടക്ക്. ഇനിന്നെ ഉപദ്രവിക്ക്വോന്ന് കാണാലോ... (ചിരിക്കുന്നു... ചുറ്റും നോക്കി സംഘത്തോട്)

ചിരിക്കെടാ

സംഘം : (ചിരിക്കുന്നു. താളത്തിൽ ചുവട് വെക്കുന്നു.)

നിധികിട്ടീ ... നിധി കിട്ടീ...

ചാത്തുമ്മാനൊരു നിധി കിട്ടീ....

ചാത്തുമ്മാൻ : അല്ല.... അല്ലാ. അത് നിധിയല്ലാ...

സംഘം ചെരുപ്പ് കുഴിച്ചെടുത്ത് ചാത്തുമ്മാന്റെ തലയിൽ വെക്കുന്നു. താളത്തിൽ പാടിക്കൊണ്ട് പോകുന്നു.

ചാത്തുമ്മാൻ : (തളർന്ന്) ഈ നാട്ടില് നീതീം നെയമോം ഒന്നും ഇല്ല്യാ... ഇല്ല്യാ... ഇതൊന്നൊഴിവാക്കാൻ ഞാനെന്താ ചെയ്യാ...? കുഴിച്ചിട്ടാ മൊളച്ച് വരും... വലിച്ചെറിഞ്ഞാ... തിരിച്ച് വരും... ഒഴുക്കിവിട്ടാ പറന്ന് വരും. അയ്യോ... അയ്യോ... അയ്യോ...

സംഘം വരുന്നു.

സംഘം : അങ്ങനെ അങ്ങനെ നിവൃത്തില്ല്യാണ്ടെ, അവസാനം ആരും കാണാതെ ചെരുപ്പെടുത്ത് ചാത്തുമ്മാൻ തറവാടിന്റെ അട്ടത്തേക്കിട്ടു.

മ്യാവൂ... മ്യാവൂ.... (സംഘം പൂച്ചയാവുന്നു.)

പൂച്ച വിചാരിച്ചു എലിയാണെന്ന്....

തട്ടി തട്ടി തട്ടി തട്ടി തട്ടി...

കുളിച്ച് ശുദ്ധമായി വരണ അമ്മ്യാരുടെ മണ്ടയ്ക്ക്...

അമ്മ്യാർ വരുന്നു. തലയിൽ ചെരുപ്പ് വീഴുന്നു.

അമ്മ്യാർ : കടവുളേ..!

സംഘം : എന്നമ്മാ....? എന്നമ്മാ... ?

അമ്മ്യാർ : പാപിമഹനേ.. എൻ തലയിലേ താൻ പോട്ട്താ! രത്തം.! കടവുളേ... രത്തം!! കടവുളേ... കാപ്പാത്തങ്കോ കടവുളേ... കാപ്പാത്തങ്കോ...

(മലർന്നടിച്ച് വീഴുന്നു)

സംഘം : മ്യാവൂ... മ്യാവൂ....

അമ്മ്യാരെ താങ്ങിക്കൊണ്ട് പോകുന്നു. പുറകിൽ ജനങ്ങളുടെ ആക്രോശം

കള്ളൻ... കള്ളൻ.... കള്ളൻ...

പിടിക്കെടാ അവനെ...

ചാത്തുമ്മാൻ ഓടിവരുന്നു. രക്ഷപ്പെടാൻ നോക്കുന്നു. രംഗമധ്യത്തുള്ള ചെരുപ്പ് കണ്ട് ഞെട്ടുന്നു. തുടർന്ന് സംഗീത നാടക ശൈലിയിൽ വിലപിക്കുന്നു.

ചാത്തുമ്മാൻ : അഹോ! അഹോ!! ഇതാണെന്റെ വിധി! ഹാ!

ഹാ! ഹാ!! ഹേ ചെരുപ്പുകളെ, ഈ ദുർവിധിയിൽ നിന്നും എന്നെ മോചിപ്പിക്കില്ലേ..?

ഇല്ലേ..? ഇല്ലേ..? ഇല്ലേ..?

ചെരുപ്പെടുത്ത് തലയ്ക്കടിക്കുന്നു. അശരീരി കേൾക്കുന്നു.

അശരീരി : ചാത്തൂ...

സംഘം : (ഓടിവരുന്നു.) ഹെയ് ആരാണത്?

ഷീ! മിണ്ടാതിരി.. അശരീരിയാ...!

അശരീരിക്കെന്താ ഇവടെ കാര്യം. ചാത്തുമ്മാൻ പഴയ സംഗീത നാടകക്കാരുടെ മട്ടിലാ കരയണത്. അപ്പൊ അശരീരിയൊക്കെ ആവാം. ആ...

അശരീരി : ചാത്തൂ ആളിന് പകരം രണ്ട് ചെരുപ്പുകൾ വെച്ച് രാജ്യഭരണം നടത്തിയ പാരമ്പര്യമുള്ളവരാണ് നാം. നിന്റച്ഛനും അച്ഛന്റച്ഛനും അച്ഛന്റച്ഛന്റച്ഛനും ഇട്ടുനടന്ന ഈ ചെരുപ്പുകൾ നീയും ഇട്ട് നടക്കുക. കൊണ്ടു നടക്കുക. നിന്റെ മകന് കൈമാറുക.

ചാത്തുമ്മാൻ : പിതാമഹന്മാരെ, കടിക്കണ രണ്ട് ചെരുപ്പുകളാണോ എന്റെ പൈതൃകം?

അശരീരി : ചെരുപ്പുകൾ പ്രതീകങ്ങളാണ്.

(അക്രമാസക്തരായ ജനക്കൂട്ടം ചാത്തുമ്മാന് നേരെ.)

സംഘം : വല്ല്യമ്മാന്റെ ചെരുപ്പ് കട്ടേന്,
മുക്കുവരുടെ വല മുറിച്ചേന്,
നിധി ഒളിപ്പിച്ചേന്,
അമ്മ്യാരുടെ തല പൊട്ടിച്ചേന്

(ശിക്ഷയെക്കുറിച്ചുള്ള തിരിച്ചറിവ് ചാത്തുമ്മാനുണ്ടാകുന്നു.)

ചാത്തുമ്മാൻ : കോടതീ... പെഴ... കൈക്കൂലി...
കോടതി... പെഴ... കൈക്കൂലി...

സംഘം : ആ ഓട്ടം നാടുവാഴീടെ മുന്നിലേക്കായിരുന്നു.
ന്നാ പിടിച്ചൊന്നും പറയല്ല. ചെരുപ്പെടുത്ത് ചാത്തുമ്മാൻ നാടുവാഴീടെ മുന്നിലേക്ക് ഒരൊറ്റ ഏറ്. ന്ന്ട്ട് മണ്ടിക്കളിച്ചൊരു പോക്കും.

(ചാത്തുമ്മാന്റെ ഭ്രാന്തനൃത്തം)

സംഘം : ചാത്തുമ്മാൻ ഓടി ഓടി ഓടി ഓടി
പൊഴേൽക്കാ ചാടി.

സ്റ്റിൽ –

ഇവിടെ സംഘം നാടകാരംഭത്തിൽ കളിച്ചുകൊണ്ടിരുന്ന കുട്ടികളായി മാറുന്നു.

സംഘം : അല്ലല്ല... ആരോ തച്ച് കൊന്നതാ...
അല്ലല്ല... അല്ലല്ല... അല്ലല്ല...

തർക്കം നടക്കുന്നു.

പെട്ടെന്ന് രംഗമധ്യത്തിലുള്ള ചെരുപ്പ് കണ്ട് പേടിച്ച് ഞെട്ടുന്ന കുട്ടികൾ
''ചാത്തുമ്മാന്റെ ചെരുപ്പ്.''
''യ്ക്ക് പേട്യാവുന്നു...''
''യ്ക്കും...''

കുട്ടികൾ പേടിച്ചരണ്ട് ചുളിനിൽക്കുന്നു.

പെട്ടെന്ന്

ഒന്നാമൻ : ''പേടിക്കണ്ട...''
''നമുക്കിതിനെ ഏഴാം കടലിൽ മുക്കിക്കളയാം.''

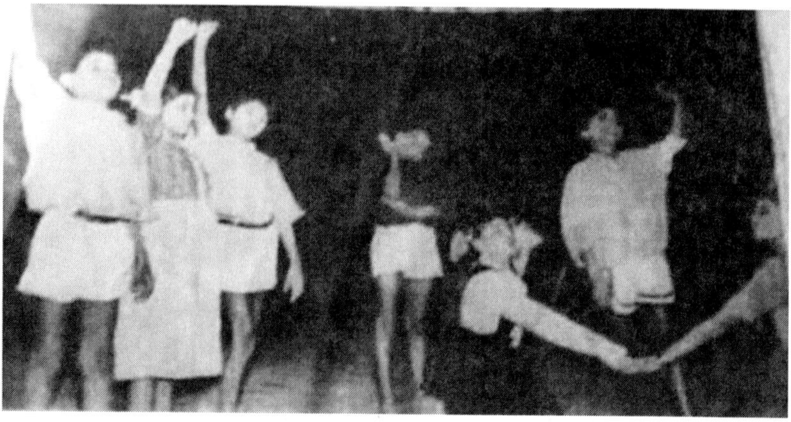

"നമുക്കിതിനെ പാതാളത്തിനുമാഴത്തിലേക്ക് ചവുട്ടി ത്താഴ്ത്താം."

"നമുക്കിതിനെ നീലാകാശത്തിനുമപ്പുറത്തേക്ക് വലി ച്ചെറിയാം."

"എന്നിട്ട് നമുക്ക് കളിക്കാം..."

സംഘം : ഹായ്.....

ഹായ്...!!!

കുട്ടികളുടെ കളികൾ മുറുകുന്നു. സംഗീതമുയരുന്നു. കളികളും സംഗീ തവും ഏറ്റവുമുയർന്ന അവസ്ഥയിലെത്തുമ്പോൾ നാടകം അവസാനിക്കുന്നു.